இருபது காதல் கவிதைகளும் ஒரு நிராசைப் பாடலும்

குமரி
மூதாட்
மருகதவல்லி
அருள்
பவளமல்லி
விழாப்பா

இருபது காதல் கவிதைகளும் ஒரு நிராசைப் பாடலும்

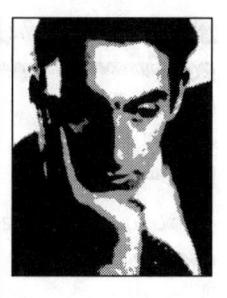

பாப்லோ நெரூதா

தமிழில்:

சுகுமாரன்

பரிசல்

**இருபது காதல் கவிதைகளும்
ஒரு நிராசைப் பாடலும்**
பாப்லோ நெரூதா
தமிழில்: சுகுமாரன்
© சுகுமாரன்

முதல்பதிப்பு: ஆகஸ்டு 2022
பக்கங்கள்: 56

வெளியீடு: பரிசல் புத்தக நிலையம்
235, P பிளாக், எம்.எம்.டி.ஏ. காலனி,
அரும்பாக்கம், சென்னை 600 106
parisalbooks@gmail.com
தொடர்புக்கு: 93828 53646, 88257 67500

அட்டை, புத்தகம் வடிவமைப்பு: பா. ஜீவமணி
அச்சகம்: Compu Printers, Chennai 600 086

விலை: ரூ 70

---

*Irupathu kadhal kavithaigalum
oru nirasaip paadalum*
Pablo Neruda
Translated by Sukumaran
©Sukumaran

First Edition: August 2022
Pages: 56

by Parisal Putthaga Nilayam
235, P Block, MMDA Colony,
Arumbakkam, Chennai 600 106
Contact: 93828 53646, 88257 67500 | parisalbooks@gmail.com

Wrapper, Book Layout: B Jeevamani
Printed by: Compu Printers, Chennai 600 086

Price: Rs. 70
ISBN: 978-93-91949-76-1

மாணவப் பருவத்தில் பாப்லோ நெரூதா

காதல் குறுகியது ; கவிதை முடிவற்றது

சுகுமாரன்

இருபது காதல் கவிதைகளும் ஒரு நிராசைப் பாடலும் பாப்லோ நெரூதாவின் இரண்டாவது கவிதைத் தொகுப்பு. *1924* இல் அவரது இருபதாம் வயதில் வெளிவந்தது. அதற்கு முந்தைய ஆண்டு வெளியாகியிருந்த *அந்தி வெளிச்சம்* என்ற முதல் தொகுப்பு அவருக்குக் கவிஞன் என்ற அறிமுகத்தை அளித்தது. ஆனால் இரண்டாவது தொகுப்பே இலக்கியப் புகழையும் வாசக வரவேற்பையும் பெற்றுத் தந்தது. இன்றளவும் நெரூதாவின் கவிதை நூல்களில் அதிகம் பதிப்பிக்கப்பட்டதும் பரவலாக வாசிக்கப்பட்டதும் அநேகமாக இந்தத் தொகுப்பாகவே இருக்கலாம். நூற்றாண்டை நெருங்கும் நிலையில் அதன் பதிப்பு எண்ணிக்கை அதிகரித்திருக்கிறது. வாசிப்பும் பரவலாகியிருக்கிறது

பாப்லோ நெரூதா கவிதைகளை அறிந்திராதவர்களும் அவரது காதல் கவிதைகளால் ஈர்க்கப்பட்டிருப்பார்கள். இருபது காதல் கவிதைகள் தொகுப்பில் இடம்பெற்றுள்ள ஏதாவது சில வரிகளைத் தங்கள் காதலைச் சொல்லப் பயன்படுத்தியிருப்பார்கள். குறிப்பாக, நூலின் பதினான்காம் கவிதை (ஒவ்வொரு நாளும் நீ விளையாடுகிறாய்) இன் கடைசி வரியான வசந்தம் செர்ரி மரங்களுடன் நிகழ்த்துவதை/ நான் நிகழ்த்த வேண்டும் உன்னுடன் என்பதும் இருபதாவது கவிதை (இன்றிரவு என்னால் எழுத முடியும்) இன் இடையில் வரும் காதல் குறுகியது, மறதியோ மிக நீண்டது என்ற வரியும் எழுதப்பட்ட காலம் முதல் இன்று வரை காதலர்களால் காதலிகளிடம் அந்தரங்கமாக முணுமுணுக்கப்படுகின்றன. நெரூதாவின் கவிதைகள் ஏறத்தாழ அறுபதுக்கும் மேற்பட்ட மொழிகளில் பெயர்க்கப்பட்டுள்ளன். அதன் வாயிலாக இந்த வரிகள் அந்தந்த மொழிகளின் உணர்வாகவே மாறியிருக்கின்றன. அந்த மொழிகளின் கவிதையாக்கத்தில் நேரடியாகவோ மறைமுகமாகவோ செல்வாக்கும் செலுத்தியுள்ளன,

பரிசுத்த வேதாகமம், பழைய ஏற்பாட்டில் உள்ள சாலமோனின் உன்னதப் பாட்டுகளுக்கு இணையான காதல் கவிதைகளின் தொகுப்பாக நெரூதாவின் இருபது காதல் கவிதைகள் கருதப்படுகிறது. சாலமோனின் பாடல்களுக்கு மதத்தின் பின்புலம் உள்ளது என்ற வேற்றுமையைத் தவிர்த்தால் இரண்டு நூல்களும் பொது ஒற்றுமைகள் கொண்டவை. பெண்மீது ஆண்கொள்ளும் மாளாக் காதலையே இரண்டு நூல்களும் மையமாகக் கொண்டிருக்கின்றன. பெண்மீதான வேட்கையையே இரண்டும் கொண்டாடுகின்றன. முன்னது பழமையின் பின்புலத்திலும் பின்னது நவீனப் பின்னணியிலும். காலமும் பின்புலமும் மாறினாலும் பெண்மீதான ஈர்ப்பு ஒன்றுதான்போல. சாலமோனிடம் பெண்ணுடல் ‘அடைக்கப்பட்ட தோட்டமும் மறைவு கட்டப்பட்ட நீரூற்றும் முத்திரையிடப்பட்ட கிணறு’மாக உருவம் கொள்கிறது. நெரூதாவிடம் ‘வெண் குன்றுகளாகவும் வெண் தொடைகளாகவும் சரணடைந்த உலக’மாகவும் உயிர் பெறுகிறது..

முதல் தொகுப்புக்குக் கிடைத்த கவனம் பாப்லோ நெரூதாவுக்குத் தனது வழியையும் பயணத்தையும் வகுத்துக்கொள்ள உதவியது. ‘நமக்குத் தொழில் கவிதை’ என்ற தீர்மானத்தைக் கடைப்பிடிக்க

ஏதுவானது. 'அந்தி வெளிச்சம்' தொகுப்பின் கவிதைகள் பெரும்பான்மையும் அன்று நடைமுறையிலிருந்த ஸ்பானியக் கவிதைப் போக்கை ஒட்டி எழுதப்பட்டவை.

ஆனால் அவற்றிலிருந்து மாறுபட்ட கவிதைகளே என்னுடைய விருப்பமாக இருந்தன. என்னுடைய புலனும் உயிரும் பிரிக்கப்பட முடியாமல் இழைந்த கவிதைகளை எழுத ஆசைப்பட்டேன். அது ஒரு சாகசமென்பதை உணர்ந்து கொண்டேன். அதன் விளைவுதான் இருபது காதல் கவிதைகளும் ஒரு நிராசைப் பாடலும் தொகுப்பு. நூல் வெளிவந்த பின்னர் உண்மையிலேயே அது சாகசம் என்பது தெரிந்தது.

என்று தொகுப்பு வெளியாகி இருபத்தைந்து ஆண்டுகளுக்குப் பின்னர் கவிஞர் ராபர்ட் ப்ளைக்கு வழங்கிய நேர்காணலில் நெரூதா நினைவுகூர்ந்தார். இருபது காதல் கவிதைகளை எழுதத் தூண்டிய சாகசம் நெரூதாவின் இறுதிக் காலம் வரை கவிதையிலும் வாழ்விலும் தொடர்ந்தது.

நெஃப்தாலி ரேயஸ் பஸ்வால்தோ என்ற எளிய மனிதன் உலகப் பெரும் கவிஞர் பாப்லோ நெரூதாவாக அறியப்படவும் இந்த சாகசமே காரணம்.

☐

நெரூதாவின் கவிதையுலகம் எண்ணிக்கையால் பரந்தது. பாடுபொருட்களால் விரிந்தது. முதல் கவிதை வெளியான பதின்மூன்றாம் வயது முதல் மரணமடைந்த அறுபத்தொன்பதாம் வயது வரையிலான ஐம்பத்து ஆறு ஆண்டுகளில் எழுதிக் குவித்த கவிதைகளின் எண்ணிக்கை மூவாயிரத்து ஐநூறுக்கும் மேல். இவற்றில் மூன்றில் ஒரு பங்கு ஆங்கிலத்தில் மொழி பெயர்க்கப்பட்டிருக்கின்றன. இலான் ஸ்டாவன்ஸ் தொகுத்திருக்கும் பெருந் திரட்டில் ஏறத்தாழ அறுநூறு கவிதைகள் இடம் பெற்றிருக்கின்றன. ஆங்கிலம் நீங்கலான உலகப் பிற மொழிகளிலும் ஆயிரத்துக்கும் மேற்பட்ட கவிதைகள் மொழிபெயர்க்கப்பட்டுள்ளன. நெரூதாவின் கவிதைகள் பேசும் மையப் பொருட்களும் விரிவானவை. உப்பு முதல் பிரபஞ்சம் முடிய அனைத்தும் அவரது கவிதையாக்கத்தில் உள்ளடங்கியிருக்கின்றன. அவருக்கு முன்னும் பின்னுமான காலத்தின் எல்லாத் தருணங்களும் பதிவாகியுள்ளன. மானுட

இருப்பின் சகல நிலைகளும் மனிதப் பிறப்பின் வெவ்வேறு உணர்வுகளும் கவிதைகளில் கூறுபொருளாகியுள்ளன. இந்தக் கருத்தை முன்னிருத்தக் காரணம், பாப்லோ நெரூதாவைக் குறிப்பிட்ட ஏதாவது வகைமைக்குள் முடக்கிவிட முடியாது என்பதை எடுத்துக் காட்டவும் அவரது கவிதைகளை ஏதாவது ஒரு பிரிவுக்குள் அடக்கிவிடக் கூடாது என்பதை வலியுறுத்தவும்தான்.

எனினும் அந்தக் கவிப் பேருலகைக் நான்கு நிலைகளிருந்து காண முடியும். இருப்பு, இயற்கை, சமூகம், உலகம் என்று நான்கு பகுப்புகளில் அவரது கவிதைகளை அணுகலாம். இவை ஒவ்வொன்றும் ஒன்றையொன்று பாதிப்பவை. ஒன்றையொன்று சார்ந்தவை. ஒன்றுக்குள் ஒன்று பிணைந்தவை. இவையனைத்துக்கும் அடிப்படையான உறவாகக் காதலைச் சொல்லலாம். காதலின் வெவ்வேறு உணர்வு நிலைகளில்தான் நெரூதா தனது கவியுலகை உருவாக்கியிருக்கிறார் என்பதைக் கவிதைகள் காட்டுகின்றன. இயற்கை மீதான காதல் ஆராதனையாகவும் சமூகத்தின் மீதான காதல் போராட்டமாகவும் உலகத்தின் மீதான காதல் அரசியலாகவும் வெளிப் படுகின்றன. தனது மானிட இருப்பின் ஆதாரப் புள்ளியாக அவர் கருதியது பெண்மீதான மாளாக் காதலைத்தான் என்பதன் சான்றாக இருபது காதல் கவிதைகளைச் சொல்ல முடியும்.

□

இருபது காதல் கவிதைகள் வெளியான காலத்தில் எந்த அளவு புகழப் பட்டதோ அந்த அளவுக்குக் கண்டனங்களுக்கும் கடும் விமர்சனங்களுக்கும் உள்ளானது. மகத்தான கவிதைகளாகப் பாராட்டப்பட்ட அதேசமயம் 'விடலைப் பையனின் பிதற்றல்கள்' என்றும் விமர்சனம் எழுந்தது. அந்த விமர்சனங்களில் நெரூதா கவிதைகளின் ஆதாரமான அம்சம் கவனிக்கப்படவில்லை. இந்தக் கவிதைகளில் இயற்கையின் அற்புதமான பகுதியாகவும் தவிர்க்க இயலாத மானுடப் பங்காளியாகவும் பெண் சித்தரிக்கப்படுகிறாள். இதுவே இருபது காதல் கவிதைகளை விடலைப் பையனின் காம விழைவாகவோ பெண்ணுடல் மீதான இச்சையாகவோ குறுகி விடாமல் உயிரின் முடிவற்ற வேட்கையாக நிலைநிறுத்துகிறது. நெரூதாவின் இறுதிக் காலக் கவிதை வரை இந்த இயல்பு நீடித்துமிருக்கிறது.

பாப்லோ நெரூதாவை பாத்திரமாக வைத்து உருவாக்கப்பட்ட இத்தாலியத் திரைப்படம் 'தி போஸ்ட்மேன்'. சிலியைச் சேர்ந்த எழுத்தாளர் அந்தோனியோ ஸ்கர்மேதா ஸ்பானிய மொழியில் எழுதிய 'பர்னிங்க் பேஷன்ஸ்' நாவலை அடிப்படையாகக் கொண்டு எடுக்கப்பட்ட சினிமா. மையப் பாத்திரமான தபால்காரன் மரியா கவிதை எழுத விரும்புகிறவன். முன்னுதாரணமாக அவன் கருதுவது பாப்லோ நெரூதாவைத்தான். அவரைப் போன்ற ஒரு கவிஞன் ஆகிவிட்டால் ஏராளமான பெண்கள் தன்னை நேசிப்பார்கள் என்று கனவும் காண்கிறான். ஒரு காட்சியில் தனது அதிகாரியான தந்தியாளரிடம் சொல்கிறான்.

"ஒருவர் கவிஞராக இருந்தால் பெண்கள் அவரை மிகவும் நேசிப்பார்கள். பாப்லோவைப் பாருங்கள். எவ்வளவு பெண்கள் அவரை நேசிக்கிறார்கள். அவருக்கு வருகிற தபால்கள் எல்லாம் பெண்களிடமிருந்துதான். அவர் பெண்களால் நேசிக்கப்படுகிறவர்"

தந்தியாளர் திருத்துகிறார். "இல்லை. அவர் மக்களால் விரும்பப்படும் கவிஞர்". என்கிறார்.

மரியா அரைமனத்துடனேயே அதை ஒப்புக் கொள்கிறான். "சரி, மக்களாலும் பெண்களாலும் நேசிக்கப்படும் கவிஞர்".

இந்தக் காட்சி கற்பனையானதுதான். ஆனால் நெரூதாவைப் பொருத்தவரை மிகமிக உண்மையானது. அவருடைய இயல்பையும் அவர் கவிதைகளின் குணத்தையும் சொல்வது. காதல் உணர்வு பாப்லோ நெரூதாவின் உயிரணுவிலேயே ஓடிய ஒன்று. ஏனெனில் அவரது பெற்றோரே தம்மளவில் மாளாக் காதலில் மூழ்கித் திளைத்தவர்கள்.

□

பாப்லோ நெரூதா என்ற ரிக்கார்தோ எலிஸெர் நெஃப்தாலி ரேயஸ் பஸ்வால்தோ சிலியின் மத்தியப் பகுதி நகரமான பர்ராலில் 1904 ஜூலை 12 அன்று பிறந்தார். தந்தை ஜோஸ் தெல் கார்மன் ரேயஸ் மொரலேஸ் இருப்புப் பாதைப் பணியாளர். தாய் ரோஸா நெஃப்தாலி பஸ்வால்தோ ஒபாஸோ பள்ளி ஆசிரியை. இருவருக்கும் தனித்தனியான காதல் கதைகள் இருந்தன. அவை சுவாரசியமானவை. அதே சமயம் கொந்தளிப்பு மிகுந்தவை.

இருபது காதல் கவிதைகளும் ஒரு நிராசைப் பாடலும் | 9

பிள்ளைப் பருவத்திலும் பதின் வயதிலும் நெருதாவை இந்தக் கொந்தளிப்பு ஆழமாகவே பாதித்தது.

ரோஸாவை மணந்து கொள்வதற்கு முன்னும் பின்னும் ஜோஸ் கார்மன் இரண்டு பெண்களைக் காதலித்திருந்தார். அந்தக் காதல்களை மறைத்து வைத்துத்தான் ரோஸாவையும் மணந்தார். இரு பெண்களில் ஒருவர் டிரினிடாட். மற்றவர் அவுரேலியா, அவர்களில் டிரினிடாடுடனான உறவில் ஓர் ஆண் குழந்தையும் பிறந்திருந்தது, ரொடால்ஃபோ என்ற குழந்தை குடும்பத்தின் நம்பிக்கைக்குரிய தாதியால் ஆற்றங்கரைச் சிற்றூர் ஒன்றில் வளர்க்கப்பட்டான். டிரினிடாடுக்கும் ஜோஸ் கார்மனுடனான உறவுக்கு முன்பு ருடேசிண்டோ ஆர்டெகா என்ற பண்ணைத் தொழிலாளியுடனான உறவில் முதலாவது ஆண் குழந்தை பிறந்திருந்தது. பெயர் ஆர்லாண்டோ. டிரினிடாடின் செல்வந்தக் குடும்பம் அந்தக் குழந்தையையும் ரகசியமாகவே வளர்த்தது. ஜோஸ் கார்மன் தன்னுடைய காதல் உறவுகளைப் பகிரங்கப் படுத்தியதில்லை. அவரது காதலிகள் அவற்றை மறைத்து வைத்ததும் இல்லை. டிரினிடாடுடன் ஜோஸ் கார்மன் கொண்டிருந்த காதல் குறுகியது. ஆனால் அது நீண்ட கால விளைவுகளை ஏற்படுத்தியது.

ஜோஸ் கார்மன் இருப்புப் பாதைத் தொழிலாளியாக இருந்தவர். ஆனால் அது நிரந்தரமான வேலையல்ல. எனவே பிழைப்புக்காக கூலித் தொழிலாளியாகவும் சுமைதூக்கும் பணியாளராகவும் வெவ்வேறு இடங்களில் அலைந்தார். வெவ்வேறு சிறு நகரங்களில் வாழ்ந்தார். வாழ்ந்த நகரங்களில் எல்லாம் அவருக்குக் காதலிகள் வாய்த்தார்கள். சிறு வயது முதலே காச நோயால் அவதிப்பட்டு வந்த ரோஸா, மருத்துவர் ஆலோசனையின் பேரில் பர்ரால் நகரில் குடியேறினார். குடியேறிய குறுகிய காலத்துக்குள் ஜோஸ் கார்மன் தனது காதலை ரோஸாவிடம் வெளிப்படுத்தினார்.

ரோஸா நெஃப்தாலி இறுக்கமான பெண் அல்லர். எனினும் திடமான எண்ணங்களும் தீர்மான செயலும் கொண்டவர். அதுவரையான நாட்களில் வறுமையையும் கடும் உழைப்பையும் ஓயாத அலைச்சலையும் அனுபவித்து வந்த ஜோஸ் கார்மன் நிலையான குடும்ப வாழ்க்கைக்கு ஆசைப்பட்டார். அது ரோஸா மூலமாகவே அமையும் என்றும் நம்பினார். அந்த நம்பிக்கையுடன் ரோஸாவிடம் தன்னை மணந்துகொள்ளும்படி

மன்றாடினார். தனது உடல் நிலை நீண்ட கால உற்சாக வாழ்க்கைக்கு இணங்குமா என்ற சந்தேகத்தில் ஜோஸ் கார்மனின் கோரிக்கைக்குத் தயங்கி வந்த ரோஸா நான்கு ஆண்டுகளுக்குப் பின்னர் ஒப்புக் கொண்டார். திருமணத்துக்குப் பிறகு பர்ரால் நகர எல்லைக்கு உட்பட்ட பகுதியில் குடியேறினார்கள். மணம் முடித்த ஒன்பதாவது மாதம் நெஃப்தாலி பிறந்தான். காச நோயால் பீடிக்கப்பட்டிருந்த ரோஸா குழந்தைக்கு இரண்டு வயது நிறைந்த வேளையில் மரணமடைந்தார். தன்னுடைய பிறப்பே தாயின் மரணத்துக்குக் காரணம் என்ற அநாவசியக் குற்றவுணர்வை வாழ்நாள் முழுவதும் பாப்லோ நெரூதா சுமந்திருந்தார்.

'நான் பிறந்தபோது
அவமானத்துக்குள்ளான புனித ஆன்மாவுடன்
என் தாய் இறந்தாள்'

என்று ஆரம்பக் காலக் கவிதையொன்றில் வருந்தியுமிருக்கிறார்.

ரோஸாவின் மறைவு ஜோஸ் கார்மனுக்குப் பெரும் இழப்பானது. சரியான வேலையும் அமையவில்லை. வருமானமும் இல்லை. இரண்டு மாதக் கைக் குழந்தையான நெஃப்தாலியைப் பராமரிக்கத் திணறினார், தன்னுடைய மாற்றந் தாயிடம் குழந்தையை ஒப்படைத்துவிட்டு வேலை தேடிப் போனார். ஆண்டிஸ் மலைகளுக்கு அப்புறமுள்ள பகுதியில் கால்நடைத் தொழுவத்தில் பணிபுரிந்தார். ஆறு மாதங்களுக்குப் பின்பு வெறுங்கையுடன் ஊர் திரும்பினார். ஜோஸின் முன்னாள் முதலாளிகளில் ஒருவரின் மகளான அவுரேலியா டோல்ராவுடன் காதலிலும் ஈடுபட்டார். காதல் சாகசங்களும் நாடோடி அலைச்சலும் இனிமேலும் சரிப்பட்டு வராது என்பதை எடுத்துச் சொன்ன அவுரேலியா அவரை டிரினிடாடிடம் திரும்பச் செல்லும்படி அறிவுறுத்தினார். "அவள் உன் முதல் பிள்ளையின் தாய் அல்லவா?" என்று சுட்டிக் காட்டினார். ஜோஸ் கார்மனும் டிரினிடாடும் முறைப்படி மணந்தார்கள். குழந்தை நெஃப்தாலி மாற்றாந் தாய் டிரினிடாடின் அணைப்பில் வளரத் தொடங்கினான். குடும்பப் பொறுப்பை உணர்ந்த ஜோஸ் கார்மன், தனது முதல் பிள்ளை ரொடால்ஃபோவையும் அழைத்து வந்தார்.

ஜோஸ் கார்மனுக்கு அவுரேலியா மீதான காதல் மறைக்க முடியாததாக இருந்தது. அவர்களுக்கு இடையில் நெருக்கமான உறவும் ஏற்பட்டது. முப்பதுகளின் நடுப்பகுதியிலிருந்த ஜோஸ் கார்மன்மீது பதினெட்டு வயது அவுரேலியானாவுக்கும் ஈர்ப்பு இருந்தது. திடகாத்திரரும் முகப் பொலிவு உள்ளவரும் வசீகரமான நீலக் கண்கள் கொண்டவரும் இதமானவருமான அவர் பால் ஈர்க்கப்பட்டார் அவுரேலியானா. நெஃப்தாலிக்கு இரண்டு வயதைக் கடந்தபோது ஜோஸ் கார்மனுக்கும் அவுரேலியானவுக்குமான உறவில் ஒரு தங்கை பிறந்தாள். லாராட்டா என்ற லாரா.

ஆனால் இந்த உறவில் அவுரேலியானா இடையறாத தார்மீகத் திணறலையே அனுபவித்தார். அவரது கத்தோலிக்க நம்பிக்கை பெரும் பதற்றத்தை அளித்தது. இன்னொரு பெண்ணின் கணவனும் ஒரு பிள்ளைக்குத் தகப்பனுமான நபருடன் கொண்டிருந்த உறவு குற்றவுணர்வையே கொடுத்தது. இரண்டு ஆண்டுகளுக்குப் பிறகு குற்ற உணர்வுடன் லாராவைத் தன்னால் வளர்க்க முடியாது என்ற முடிவுக்கு வந்தார். ஒன்று ஜோஸ் கார்மன் தன்னுடனும் லாராவுடனும் மட்டுமாக வாழ்க்கை நடத்த வேண்டும். அல்லது டிரினிடாட், ரொடால்ஃபோ, நெஃப்தாலி அடங்கிய குடும்பத்துடன் வாழ வேண்டும். தன்னுடன் வாழ விருப்பமில்லை என்றால் லாராவையும் அழைத்துச் செல்லவேண்டும் என்று நிர்ப்பந்தித்தார். ஜோஸ் கார்மன் லாராவையும் கூட்டிக்கொண்டு குடும்பம் வசிக்கும் டெமூகோ நகருக்குத் திரும்பினார். டிரினிடாட் தன்னுடைய குடும்பப் பெயரை சிறுமிக்கு அளித்து அவளைத் தன்னுடைய மகளாக ஏற்றுக் கொண்டார். ஜோஸ் கார்மனின் ரகசிய உறவு அவருக்கு முன்னமே தெரிந்திருக்கலாம் அல்லது அது பற்றிய சந்தேகம் இருந்திருக்கலாம். ஆனால் அவர் அதை வெளிப்படுத்தவில்லை. தனது சொந்தப் பிள்ளையான ரொடால்ஃபோ, ரோஸாவின் வாரிசான நெஃப்தாலி, அவுரேலியாவின் மகளான லாரா மூவரையும் தன் கரங்களுக்குள் சேர்த்துக் கொண்டார்.

இந்தச் சிக்கலான உறவின் உண்மையும் வினோதமும் நெஃப்தாலியை ஆழமாகப் பாதித்தன. பாப்லோ நெரூதா என்ற பிற்காலக் கவிஞரை இந்த ரகசியங்களும் மீறல்களும் வாழ்நாள் முழுவதும் தொடர்ந்தன.

□

நெஃப்தாலியின் இளமைப் பருவம் சிற்றன்னை டிரினிடாடின் அரவணைப்பிலும் சகோதரி லாராவின் பாசத்திலும் கழிந்தது. சகோதரன் ரொடால்ஃபோ எவரிடமும் ஒட்டுதல் இல்லாமல் நடந்து கொண்டான். தந்தை ஜோஸ் கார்மனின் கண்டிப்பு நெஃப்தாலியை வெருட்டினாலும் இருப்புப் பாதைத் தொழிலாளியான அவருடன் மேற்கொண்ட ரயில் பயணங்கள் குதூகலமளித்தன. தானறியாத உலகத்தில், விந்தைகளின் உலகத்தில் வந்து பிறந்த குழந்தையின் குறுகுறுப்பு அந்தக் கண்களில் எப்போதும் இருந்தது. அதைக் கவிஞனின் பார்வை என்று புகழ்ந்தவர்கள் தாய் டிரினிடாடும் சகோதரி லாராவும் மட்டுமே.

பள்ளிப் பருவத்திலேயே நெஃப்தாலி கவிதைகள் எழுதத் தொடங்கினான்.

பொதுவான இலக்கிய வாசிப்புப் பழக்கமிருந்த டிரினிடாட் சிறுவனை உற்சாகப்படுத்தினார். அந்த ஊக்குவிப்பை மதிக்கும் வகையில் அஞ்சலட்டை ஒன்றில் ஏரியும் பனிமூடிய மரங்களுமிருக்க நடுவில் கவிதையெழுதி, அவருக்குச் சமர்ப்பித்தான் நெஃப்தாலி.

பொன்னிறப் பகுதிகளின் நிலக் காட்சியிலிருந்து
அன்புள்ள அம்மா
உனக்காக இந்த எளிய அஞ்சலட்டையைத் தேர்ந்தெடுத்தேன்.

தந்தையிடம் காண்பித்தபோது ‘இதை எங்கேயிருந்து காப்பி அடித்தாய்?’ என்று கேட்டார். அம்மா ‘இது நல்ல கவிதை’ என்று சிகையை அளைந்து பாராட்டினார். அன்று ஒரு கவிஞன் உருவானான்.

ஜோஸ் கார்மனின் குடும்பம், நெஃப்தாலி பிறந்த ஊரான பர்ராலிலிருந்து டெமூகோவுக்கு இடம் பெயர்ந்தது. நெஃப்தாலியின் பள்ளிப்பருவம் அங்கு கழிந்தது. பள்ளிப் பாடங்களைவிட இலக்கிய வாசிப்பில்தான் ஈடுபாடு அதிகம். இலக்கியம் தவிர்த்து பெண்களும் அரசியலும் அவனை முதன்மையாக ஈர்த்தன. பதினோராம் வயதில் முதல் கவிதை வெளியானது. அதே வயதில் முதல் காதலும் நிகழ்ந்தது. மரியா என்ற பெண் மீது கொண்ட ஈர்ப்பு அவளது புறக்கணிப்பால் வெகு விரைவில் கலைந்தது. எளிய குடும்பத்துப் பையனைக் காதலிக்க அவள் குடும்பம் அனுமதிக்கவில்லை. பிள்ளைக் காதலில்

ஏற்பட்ட தோல்வி நெஃப்தாலியை தனியனாக்கியது. "நெருதா எப்போதும் தன்னை ஓர் அனாதையாகவே எண்ணியிருந்தார். தாயைத் தேடுவதிலேயே வாழ்க்கையைக் கழித்தார். இது ஓரளவு உண்மை. எப்போதும் தாயை இழந்த பெரிய குழந்தையாகவே இருந்தார்" என்று அவரது இளம் பருவத் தோழி பிற்காலத்தில் நினைவுகூர்ந்தார். அரசியல் உள்ளடக்கம் தவிர்த்த ஆரம்பக் காலக் கவிதைகளில் தனிமையே பெரிதும் இடம்பெற்றது. இருபது காதல் கவிதைகளில் அதை விரிவாகவே காணலாம்.

தனது தனிமையைத் தீர்த்துக் கொள்ள இரண்டாவது பிள்ளைக் காதலில் விழுந்தான் நெஃப்தாலி. அமேலியா அல்விஸோ முதல் சந்திப்பிலேயே அவனுக்குள் கிளர்ச்சியை ஏற்படுத்தினாள். அவளிடம் தன்னுடைய காதலைத் தெரிவித்தான். பதின் பருவப் பெண்ணான அவளுக்கு அது விளங்கவில்லை.

தவிர அவள் குடும்பத்தினர் செல்வாக்கு மிகுந்தவர்கள். அவள் தந்தை மின்சார உற்பத்தி நிலையம் நடத்தி நகரத்துக்கே விநியோகித்து வந்தார். வசதியான பின்னணியைச் சேர்ந்தவர்கள். கீழ்மட்ட இருப்புப் பாதைத் தொழிலாளியின் பிள்ளையுடன் தங்கள் பெண் பழகுவதைக் கண்டித்தார்கள். அமேலியா விலகினாள். நொறுங்கிப் போன நெஃப்தாலி கவிதையில் தஞ்சம் புகுந்தான்.

பதினான்கிலிருந்து பதினாறு வயதுக்குள் நெஃப்தாலியின் சுமார் முப்பது கவிதைகள் சிலியில் அந்த நாட்களில் வெளிவந்து கொண்டிருந்த வெவ்வேறு இதழ்களில் அச்சேறின. 'கனவுலகவாசியாகக் கவிதை எழுதிக் கொண்டு திரிவது நடைமுறை வாழ்க்கைக்கு உதவாது' என்ற தந்தையின் கண்டிப்பு இலக்கியப் பெருமையை மறைத்து வைக்கச் செய்தது. அவையனைத்தும் பாப்லோ நெருதா என்ற புனைபெயரில் வெளிவந்தன. பள்ளி இறுதி நாட்களில் வசந்த கால விழாவையொட்டி நடந்த போட்டியில் முதல் பரிசுக்குரியதாக பாப்லோ நெருதாவின் கவிதை தேர்ந்தெடுக்கப்பட்டது. அந்தக் கவிதையிலிருந்து நெஃப்தாலி ரேயஸ் என்ற இயற்பெயர் மறைந்தது. பாப்லோ நெருதா என்ற பெயர் உலகத்துக்கு அறிமுகமானது.

□

பதினேழாம் வயதில் உயர் கல்விக்காக நாட்டின் தலைநகரமான சாந்தியாகோவுக்கு பாப்லோ நெரூதா சென்றார். சிலி பல்கலைக் கழகத்தில் பிரெஞ்சு பயிற்றுவிப்புத் துறையில் சேர்ந்தார். இலக்கியத்திலும் கவிதை எழுத்திலும் அவருக்கு இருந்த மோகத்தை அறிந்திருந்த ஜோஸ் கார்மன் ஒழுங்காகப் படித்தால் மட்டுமே தன்னால் உதவ முடியும் என்ற நிபந்தனையுடன் அவரை அனுப்பி வைத்தார். பல்கலைக் கழகத்தில் சேர்ந்த குறுகிய காலத்துக்குள் கல்வி வளாகத்திலும் இலக்கிய வட்டாரத்திலும் பிரபலமடைந்தார் நெரூதா. பல்கலைக்கழகத்தில் நடைபெற்ற கவிதைப் போட்டியில் முதல் பரிசு பெற்றது மேலும் புகழுக்குரியவராக்கியது. குறிப்பாகப் பெண்கள் இடையே.

நெரூதாவின் பல்கலைக் கல்விப் பருவம் சிலியின் கொந்தளிப்பான காலம். முதலாவது உலகப் போரில் சிலி நடுநிலைமை வகித்திருந்தும் போரின் பின் விளைவுகள் நாட்டை நாசமாக்கிக் கொண்டிருந்தன. அரசியல் குழப்பங்களும் பொருளாதார வீழ்ச்சியும் நாட்டை உலுக்கிக் கொண்டிருந்தன. மக்கள் எழுச்சி போராட்டமாக வெடித்தது. அரசாங்கம் கலவரங்களை அதிகாரத்தின் மூலம் ஒடுக்க முனைந்தது. ஜனாதிபதி யுவான் லூயிஸ் சான்ஃபுவாண்டஸ் மாணவர்கள்மீது அடக்குமுறையை ஏவினார். அதில் ஒரு மாணவர் பலியானார். மாணவர் கிளர்ச்சியில் பங்கேற்ற பாப்லோ நெரூதா மாணவர் அமைப்பின் தலைவராக நியமிக்கப்பட்டார். கவிஞர், மாணவர் தலைவர் ஆகிய தகுதிகளுடன் கிளாரிடாட் பத்திரிகையின் செய்தியாளரும் ஆனார்.

> அந்த நாட்களிலிருந்து அவ்வப்போது இடையீடுகள் நேர்ந்தாலும் அரசியல் என் கவிதையிலும் வாழ்க்கையிலும் பாகமானது. என் கவிதைகளில் தெருவைப் பாராதா வகையில் கதவை மூட முடியாதது போலவே என் இளங்கவி மனதில் காதலுக்கோ வாழ்க்கைக்கோ மகிழ்ச்சிக்கோ அல்லது துயரத்துக்கோ கதவை அடைக்கவில்லை (நினைவுக் குறிப்புகள் பக். 53)

என்று பின்னர் நெரூதா சான்றளித்தார்.

படிப்பதற்காகப் பல்கலைக்கழகத்துக்குப் போனவன் கவிதை எழுதுவதிலும் கட்டுரைகள் எழுதி வெளியிடுவதிலும் மூழ்கியதை

அறிந்த ஜோஸ் கார்மன் செலவுக்காக நெருதாவுக்கு அனுப்பி வந்த பணத்தை அடியோடு நிறுத்தினார். பத்திரிகைகளில் எழுதிக் கிடைத்த சொற்ப வருவாயில் வாழ வேண்டிய நிர்ப்பந்தம் உருவானது. சிற்றன்னை டிரினிடாடும் சகோதரி லாராவும் மறைமுகமாக உதவினார்கள். வசதிக் குறைவான அறைகளில் வசித்தார் நெருதா. அந்தக் குறுகிய அறைகளிலும் அவருடைய கவிதை வாசிப்பைக் கேட்கவும் அரசியல் பேசவும் இலக்கியக் கலந்துரையாடல் நடத்தவும் ஆண்களும் பெண்களும் அன்றாடம் திரண்டார்கள்.

பல்கலைக் கழகத்தில் சேர்வதற்காகப் புறப்படும் முன்பே நெருதா காதல் வசப்பட்டிருந்தார். டெமூகோ வசந்தகால விழாவில் சந்தித்த டெரேஸா லியான் பெட்டியன்ஸ் மீது காதல் கொண்டிருந்தார். விழாவில் நகரத்தின் அழகியாகத் தேர்ந்தெடுக்கப்பட்டிருந்தார் தெரேஸா. சாந்தியாகோவுக்குப் புறப்படும் முன்பே தெரேஸாவுடன் நெருக்கமான பிணைப்பு ஏற்பட்டிருந்தது. அவரை தெரூசா என்று அழைத்தார். அவரைப் பிரிந்த துயரம் நெருதாவை அலைக்கழித்தது. கடிதங்களில் காதலைக் கொட்டி அனுப்பினார். அவரிடமிருந்து வந்த பதில்களால் துள்ளினார். பதில் வரத் தாமதமானால் சுணங்கினார். விடுமுறை நாட்களில் தெரேஸாவைச் சந்திக்க நீண்ட பயணம் மேற்கொண்டார். சந்திக்க முடியாமற் போன தருணங்களில் துவண்டார். தனிமையில் புலம்பினார்.

தெரேஸாவுக்கும் நெருதா மீது காதல் இருந்தது. எனினும் பெற்றோரின் எதிர்ப்பு அவரைக் கட்டிப்போட்டது. தெரேஸாவின் பெற்றோர் நெருதாவை வல்லூறு என்று அழைத்தார்கள். அவரைப் பார்க்கக் கூடாது என்று மகளுக்குத் தடை விதித்தார்கள். ஆனாலும் காதலர்கள் இருவரும் ரகசியமாக உறவாடிக் கொண்டிருந்தனர். நெருதா தனது கவிதைகளை ரகசியமாகத் தெரெஸாவுக்குக் கைமாற்றிக் கொண்டிருந்தார். இதற்கிடையில் அவருக்கு இன்னொரு காதலியும் வாய்த்தார். மரியா பரோடிஸ். சிறு தாள்களில் எழுதி அளிக்கும் கவிதைகளை யாருக்கும் தெரியாமல் உள்ளங்கைக்குள் பொத்தி வைத்து வாசித்துப் பரவசப்பட்டார் மரியா. ‘சூரியனையும் தண்ணீரையும்போல நிச்சயமானவள்’ என்று புகழ்ந்தார் நெருதா. இருபது காதல் கவிதைகளில் 19 ஆம் கவிதை மரியாவைப் பற்றியது.

தெரேஸாவுடன் காதலில் ஆழ்ந்திருக்கும்போதே சக மாணவியும் நண்பரான ரூபெனின் சகோதரியுமான ஆல்பெர்ட்டினா ரோஸா அசொகருடனும் காதல் கொண்டார் நெரூதா. அவரை விட இரண்டு வயது மூத்தவர் ஆல்பெர்ட்டினா. அவரே விரும்பியும் ஆல்பர்ட்டினா மீது உருவான ஈடுபாட்டை நெரூதாவால் தவிர்க்க முடியவில்லை. மாணவர் வட்டத்தில் அவருக்கு இருந்த புகழ், அவருடைய அறிவுத்திறன் அதற்கும் மேலாக அவருடைய கவிதைகள் ஆல்பட்டினாவையும் கவர்ந்தன. வகுப்புத் தோழன் என்ற பழக்கத்தில் ஆல்பர்ட்டினாவின் வீட்டுக்கு அடிக்கடி செல்லவும் நெரூதாவால் முடிந்தது. அவுரேலியானா, தெரேஸா ஆகிய பெண்களுடனான காதலுக்கு நெரூதாவின் வறிய நிலை இடையூறாக இருந்தது. ஆனால் சாதாரணக் குடும்பத்துப் பெண்ணான ஆல்பெர்ட்டினாவைப் பொறுத்து அந்தச் சிக்கல் எழவில்லை. ஆனால் ஆல்பர்ட்டினாவின் சகோதரி அடேலினா இருவரையும் கண்காணித்து வந்தார். சகோதரன் ரூபென் அவர்களுக்குத் துணையாக இருந்தார். நெரூதாவும் ஆல்பெட்டினாவும் மாலை நடை செல்லும்போது கூடவே போவார். சிறிது தொலைவு கடந்ததும் அவர்களை விட்டு விலகிக் கண் மறைவாகச் செல்வார். இது இருவருக்கிடையிலும் நெருக்கத்தை ஏற்படுத்தியது.

காதலர்களுக்கு இடையில் பாலுறவு என்பது நெரூதாவின் தலைமுறையில் விலக்கப்பட்டதாக இருக்கவில்லை. உண்மையில் நெரூதா உள்ளிட்ட அராஜகவாதி மாணவர்கள் கட்டுப்பாடற்ற காதல் இயக்கத்துக்காக வாதாடிக் கொண்டிருந்தார்கள். ஆல்பெர்ட்டினாவுடன் பந்தம் உருவாகிச் சில மாதங்காளுக்குப் பின்பு நெரூதா கிளாரிடாடில் ஒரு கட்டுரை எழுதி வெளியிட்டார். பாலியல் திருப்திக்காகத் திருமணம், கற்பு என்ற பெயரில் பெண்களைக் கருவிகளாக்குவது பற்றிக் கட்டுரையில் விளாசியிருந்தார்.

கட்டுரை வெளிவந்த இரண்டு மாதங்களில் ஆல்பெர்ட்டினா எந்த ரகசியங்களும் மிச்சம் வைக்காமல் தனது உடலை நெரூதாவுக்கு முழு நிறைவுடன் திறந்து கொடுத்தார். பெண்ணுடல் ஒளிவு மறைவு இல்லாமல் முதல் முறையாக நெரூதாவுக்குக் காணக் கிடைத்தது. அந்தத் தூய அனுபவத்தையே 'பெண்ணின் உடலே, உன் கருணையைத் தொடர்ந்து போற்றுவேன்' என்று எழுதி இருபது கவிதைகளின் முதல் கவிதையாகவும் வைத்தார்.

ஒரு பெண்ணுடன் காதலில் திளைத்திருக்கும்போதே தொலைவிலிருக்கும் இன்னொரு காதலிக்காக ஏங்குவது நெரூதாவின் இயல்பு. ஆல்பெர்ட்டினாவுடன் பிணைப்பிலிருந்து கொண்டே தெரேஸாவை நினைத்து உருகிக் கொண்டிருந்தார். கடிதங்களில் விரகத்தைக் கொட்டிக் கொண்டிருந்தார். பெற்றோரின் தடையை உடைத்து தெரேஸா அவரைத் தேடி வந்தார். ஆனால் அந்தக் காதல் பழைய நறுமணத்துடனோ தீராத ஒளியுடனோ மங்காத வேட்கையுடனோ தொடரவில்லை. இருவரும் நிரந்தரமாகப் பிரிந்தார்கள். தெரேசா பின்னர் தட்டச்சு பழுது நீக்குநர் ஒருவரை மணந்தார். பாப்லோ நெரூதா மறைவுக்கு ஓர் ஆண்டு முன்பே தெரேஸா மறைந்தார்.

ஆல்பர்ட்டினாவுடனான உறவையும் நெரூதா கைவிடவில்லை. குடல்வால் அழற்சி முற்றி அடிவயிற்றுச் சவ்வு பாதிக்கப்பட்ட ஆபத்தான நிலையில் ஆல்பெர்ட்டினா அறுவைச் சிகிச்சைக்காக மருத்துவமனையில் சேர்க்கப்பட்டார். தன்னை மகத்தான காதலனாக நெரூதா நிரூபித்த சந்தர்ப்பம் அது. ஆல்பெர்ட்டினா மருத்துவமனைப் படுக்கையில் கிடந்த எல்லா நாட்களிலும் நெரூதா அவருக்குத் துணையாக இருந்தார். சிகிச்சை முடிந்த பின்னர் ஆல்பர்ட்டினாவின் பெற்றோர் அவரை சாந்தியாகோ பல்கலைக்கழகத்தில் படிப்பை நிறுத்தி கன்செஷியன் பல்கலைக்கழகக் கல்வியியல் பள்ளியில் சேரும்படிக் கட்டளையிட்டார்கள். நெரூதா உடைந்து போனார். பிரிவு அவருக்கு ஆத்திரமூட்டியது. அதை ஆல்பர்ட்டினாவுக்குக் கடிதங்களாக எழுதியனுப்பினார். தனக்கு வேதனையையும் தன் காதலுக்கு அவமதிப்பையும் செய்தவராக ஆல்பெர்ட்டினாவைக் குற்றம் சாட்டினார். அவரைக் குற்ற உணர்வு கொள்ளச் செய்தார். ‘உன் மௌனம் நட்சத்திரத்தின் மௌனம்’ என்று சமாதானமும் சொன்னார். இருபது காதல் கவிதைகளில் மிகப் பிரசித்தமான ‘இன்றிரவு என்னால் எழுத முடியும்’ என்ற கவிதையில் வரும் ‘இனி அவளைக் காதலிப்பதில்லை/ எனினும் அவளை எவ்வளவு நேசித்தேன்’ என்ற வரிகள் ஆல்பெர்ட்டினாவுக்கு எழுதப்பட்டவை.

‘நெரூதா சாந்தியாகோவை விட்டு வந்திருந்தால் எங்களுக்கு இடையில் விலகல் நேர்ந்திருக்காது. நான் அவரைத் திருமணம் செய்துமிருப்பேன்’ என்று பின்னாட்களில் ஆல்பர்ட்டினா குறிப்பிட்டார்.

ஆல்பர்ட்டினாவை மையமாக்கி நெரூதா எழுதிய கவிதைதான் (*நீ இருந்ததைப்போலவே உன்னை நினைவு கூர்கிறேன் – கவிதை 6*) அடுத்த காதலுக்கு வழிவகுத்தது. நெரூதாவின் கவிதைகளால் ஈர்க்கப்பட்ட லாரா, அவர் படித்து வந்த விடுதிப் பள்ளி விழாவில் கவிதை வாசிக்க நெரூதாவை அழைக்கச் சென்றார். அந்த சந்தர்ப்பத்துக்குப் பிறகு நெரூதா அடிக்கடி பள்ளிக்குச் சென்றார். இருவரும் நெருங்கினார்கள். ஆல்பர்ட்டினா விலகிச் சென்ற சமயம் அது. எனினும் லாராவுக்கும் நெரூதாவுக்கும் இடையில் ஏற்பட்ட காதல் அதிகம் பேசப்படவில்லை. லாராவைப் பற்றி ஒரு வரியும் எழுதவில்லை. நெரூதாவே அது பற்றி மௌனம் சாதித்தார். காரணம் லாராவின் வருங்காலக் கணவரான ஹோமிரோ அர்சேயுடன் நெரூதாவுக்கு இருந்த நட்பும் மரியாதையும். அர்சே பின்னாட்களில் அர்சே நம்பிக்கைக்குரிய செயலாளராக நெரூதாவின் மரணம் வரை பணியாற்றினார். 1977 ஆண்டு சர்வாதிகார ஆட்சியாளர்களால் மண்டை பிளந்து கொல்லப்பட்டார். கணவரின் மறைவுக்குப் பிறகு எழுதிய நினைவுக் குறிப்பில் "நான் பாப்லிட்டொவை முரட்டுத்தனமான குறுகிய காலம் காதலித்திருந்தேன்" என்று லாரா ஒப்புதல் செய்தார்.

□

பால்யம் முதல் பதின் பருவம் வரை, தான் காதலித்தவர்களும் தன்னைக் காதலித்தவர்களுமான பெண்களுடன் ஏற்பட்ட உறவையும் பிரிவையும் சொல்லும் கவிதைகளின் தொகுப்பு *இருபது காதல் கவிதைகளும் ஒரு நிராசைப் பாடலும்*. தனது தனிமையையும் அதைத் தீர்த்த பெண்களையும் தனது காமத்தையும் அதைத் தணித்த துணைகளையும் பாப்லோ நெரூதா இந்தக் கவிதைகளில் அழியாத நினைவுகளாக மாற்றினார். ஆண் மைய நிலையிலிருந்தே இந்தக் கவிதைகள் எழுதப்பட்டிருக்கின்றன. காதலிலும் காமத்திலும் சம பங்கு வகித்த பெண்களின் தரப்பிலிருந்து சின்ன எதிர்வினை கூட கவிதைகளில் இல்லை. முற்றிலும் ஓர் ஆணின் காதலும் காமமும் கொப்பளிக்கும் இந்தத் தொகுப்பின் பெருவாரியான வாசகர்கள் பெண்கள் என்பது விந்தை. எந்தப் பெண்களைப் பற்றி கவிதைகள் எழுதப்பட்டனவோ, சந்தேகமின்றி அந்தப் பெண்கள் இந்தக் கவிதைகளை வாசித்திருந்தார்கள் என்பது அந்தப் பெண்களின் பிற்கால நேர்காணல்களில் வெளிப்படுகிறது.

முதன்மையாக நான்கு பேர் இந்தக் கவிதைகளின் மையப் பாத்திரங்கள். அமேலியா, தெரேஸா, ஆல்பர்ட்டினா ஆகிய மூவரும் கணிசமான கவிதைகளின் நாயகிகள். பிற பெண்களுடன் உறவு நிலவியபோதும் இந்த மூவரையும் நெருதா தீவிரமாகவும் மூர்க்கமாகவும் நேசித்தார். தொகுப்பில் அதிக எண்ணிக்கையிலான கவிதைகளில் இந்தப் பெண்கள் மறைவாகவும் பகிரங்கமாகவும் தெரியக் காரணம் நெருதாவின் அதீதக் காதல்தான். தான் அவர்களிடம் கண்ட தனித்துவத்தை முன்னிட்டே காதலாகிக் கசிந்திருக்கிறார்.

பதின் மூன்று வயதில் காதல் கொண்ட அமேலியாவைத் தனது விடலைப் பருவப் பதற்றத்தைத் தணித்தவராக நெருதா கண்டார். தன்னை விடுவித்தவர் என்று தெரேஸவைக் குறிப்பிடுகிறார். கவிதைகளில் மிக அதிக எண்ணிக்கையை ஒதுக்குமளவு அவருடைய பாதிப்பு இருந்தது. இருபது காதல் கவிதைகளில் எட்டு கவிதைகள் தெரேஸாவை மையங்கொண்டவை. நீண்ட காலம் சீராட்டிக் கொண்டிருந்ததும் தெரேஸா மீதான காதலைத்தான். இளமைக் காலம் தாண்டி மேலும் காதலுறவுகள் நேர்ந்த பின்னும் தெரேஸாவைப் பிற்காலக் கவிதைகளிலும் நினைவு கூர்ந்திருக்கிறார். தன்னை ஓர் ஆணாக முழுமையாகத் தனக்குள் வரவேற்றவர் என்று ஆல்பர்ட்டினாவைக் குறிப்பிடுகிறார். தான் வாழ்ந்த காலத்தில் எழுதிய கவிதைகளிலும் கட்டுரைகளிலும் நினைவுக் குறிப்புகளிலும் மறைமுகமாகவும் மாற்றுப் பெயர்களிலும் தனது தோழிகளைக் குறிப்பிடுகிறார் நெருதா. ஆனால் அவரது காலத்துக்குப் பின்பும் வாழ்ந்த ‘காதலிகள்’ அவர் மறைவுக்குப் பின்னர் நினைவுகூரல்களில் தங்கள் காதலை ஒப்புக் கொண்டனர்.

> இருபது காதல் கவிதைகளில் இடம்பெறும் பெண் யார் என்ற பதில் சொல்லக் கடினமான கேள்வி எப்போதும் என்னிடம் கேட்கப்படுகிறது. வேதனையும் விழைவும் நிறைந்த இந்தக் கவிதைகளில் உள்ளும் புறமுமாக இரு பெண்கள் ஊடோடியிருக்கிறார்கள். அவர்களை மாரிசால் என்றும் மாரிசோம்ப்ரா என்றும் குறிப்பிடலாம். கடலும் சூரியனும் என்றும் கடலும் நிழலும் என்றும். இரவில் திட்பமான சுதந்திரத்தோடு நட்சத்திரங்கள் ஒளிரும் டெமூகோவின் ஈர வானம் போன்ற விழிகளுள்ள வசீகர நாட்டுப்புறக் காதலிதான் மாரிசால். நீரோட்டங்கள் சூழ்ந்த

துறைமுகப் பிரதேசத்திலிருக்கும் மலைகள்மீது பொலியும் அரை நிலவு அவள். நூலின் ஒவ்வொரு பக்கத்திலும் தன்னுடைய மொத்தக் குதூகலத்துடனும் உயிர்ப்புள்ள அழகுடனும் தோன்றுகிறாள்.மாரிசோம்ப்ரா நகரத்து மாணவி. தன்னிச்சையும் கட்டற்ற கற்பனையும் நிரம்பிய என் மாணவப் பருவத்தில், சாம்பல் நிறத் தொப்பியணிந்து நளினமான கண்களுடனும் தேன் மலர்களின் வாசனையுடனும் வந்தவள். நகரத்தின் மறைவிடங்களில் நிகழ்ந்த வேட்கை ததும்பிய சந்திப்புக்களில் உடலை அமைதிப்படுத்தியவள்.

என்று தனது நினைவுக் குறிப்புகள் (பக். 52) நூலில் நெரூதா எழுதுகிறார்.

இருபது காதல் கவிதைகள் நூல், வெளிவந்த நாட்களில் மகத்தான வரவேற்பையும் கடுமையான விமர்சனத்தையும் பெற்றது. ஆபாசக் களஞ்சியம் என்றும் தனிநபர் காமக்கனைப்பு என்றும் கண்டனத்துக்குள்ளாது. தனியொரு கவிஞனின் திறந்த வாக்குமூலம் என்று அதைச் சொல்லலாம். அதேசமயம் அது காலத்தின் புத்தகமாகவும் இருந்தது. அதனாலேயே அது இளைஞர்கள் நடுவில் வெகுவாகப் புகழ் பெற்றது.

இந்த நூல் ஒரு யுகத்தை உருவாக்கியது; யுகத்தால் உருவானது. அந்தத் தலைமுறை இளைஞர்கள் அந்தக் கவிதைகளில் தங்களைக் கண்டடைந்தார்கள். அவற்றில் தங்களை அடையாளம் கண்டார்கள். தாங்கள் வாசிக்கும் காதலுடன் தங்களை இனங்கண்டார்கள். அந்த ஆண்டுகளில் இளம் பெண்கள் சமூக வெளியில் அவர்களை உறுதிப்படுத்திக் கொள்ளத் தொடங்கியிருந்தார்கள். 1920 ஆம் ஆண்டு உலகின் பல பாகங்களிலும் பாலியல் சுதந்திரம் அரும்பிய காலமாக இருந்தது. சிலி இளைஞர்கள் இடையில் புரட்சிகரமான பாலியல் இயக்கத்தைப் பற்றிப் பேசப் பக்குவப்பட்டதாக இருந்தது அந்தப் புத்தகம்" என்று பாப்லோ நெரூதாவின் வாழ்க்கை வரலாற்றை எழுதிய மார்க் எய்ஸ்னெர் மதிப்பிடுகிறார்.

இருபது காதல் கவிதைகளும் ஒரு நிராசைப் பாடலும் வெளிவந்து மூன்று ஆண்டுகளுக்குப் பிறகு பாப்லோ நெரூதா சிலி நாட்டின் தூதுவராக நியமிக்கப்பட்டு பணிநிமித்தம் பர்மாவுக்குப் புறப்பட்டார். தனது காதலிகளில் எவராவது உடன் வரவேண்டும் என்று விரும்பினார். ஆல்பர்ட்டினாவிடமும்

லாராவிடமும் தன்னை மணந்து ரங்கூனுக்கு வருமாறு மன்றாடினார். லாராவுக்கு அப்போது வயது இருபது. சிறு பெண்ணை வெளிநாட்டுக்கு அனுப்பப் பெற்றோர் மறுத்தார்கள். லாரா துணை வரமாட்டார் என்றானதும் நெருதா தன்னை ஏற்றுக் கொள்ளும்படி ஆல்பர்ட்டினாவுக்குக் கடிதங்களாக எழுதினார். முன்பு அமேலியா, தெரேஸா ஆகியவர்களுடனும் காதல் முறியக் காரணமாக இருந்த சமூக அந்தஸ்து இங்கும் அவரை வீழ்த்தியது. ஆல்பர்ட்டினாவின் பெற்றோர் மகளைக் கண்காணித்தார்கள். நெருதாவை மனமாரக் காதலித்தபோதும் ஆல்பர்ட்டினாவா பெற்றோரை மீறி வெளியேவரத் துணியவில்லை. ஏமாற்றத்தையும் துக்கத்தையும் துணையாக அழைத்துக்கொண்டு தன்னந்தனியானாகப் புறப்பட்டார் பாப்லோ நெருதா. அவரது பயணப் பையில் இழந்த காதல்களின் உயிர்ச் சான்றான 'இருபது காதல் கவிதைகளும் ஒரு நிராசைப் பாடலும்' தொகுப்பின் பிரதிகளும் இருந்தன.

☐ Twenty Love Songs and A Song of Despair,
Tr. W.S. Merwin, Jonathan Cape, Great Britain 1969

துணை நூல்கள்

Pablo Neruda - A passion for life - Adam Feinstein, Bloomsbury, Great Britain 2004

Neruda - The biography of a Poet - Mark Eisner, Ecco, United States of America 2018

Neruda, Walcott and Atwood - Poets of the America - Ajanta Dutt (Ed) Worldview, India 2002

The Poetry of Pablo Neruda - Ilan Stavans (Ed) 2004

Essential Neruda - Selected Poems - Mark Eisner (Ed) Red Poppy 2004

Memoirs - Pablo Neruda - Penguin 1974

My Life with Pablo Neruda - Matilde Urrutia, Stanford University Press, California United States of America 2004

உள்ளடக்கம்

☐	காதல் குறுகியது; கவிதை முடிவற்றது	5
1.	பெண்ணின் உடல்	25
2.	வெளிச்சம் உன்னை மூடுகிறது	26
3.	பைன் மரப் பரப்பு	27
4.	நிரம்பியிருக்கிறது காலை	28
5.	எனவே நீ என்னைக் கேட்பாய்	29
6.	நீ இருந்ததைப்போலவே உன்னை நினைவு கூர்கிறேன்	31
7.	பிற்பகல்களில் சாய்ந்து...	32
8.	வெள்ளைத் தேனீ	33
9.	தேவதாருக்களாலும் நெடிய முத்தங்களாலும் போதையேறிய	34
10.	இந்த அந்திப்பொழுதையும் நழுவ விட்டோம் நாம்	35
11.	ஏறத்தாழ ஆகாயத்துக்கு வெளியில்	36
12.	உன் முலை போதும்	38
13.	நான் அடையாளமிட்டிருக்கிறேன்	39
14.	ஒவ்வொரு நாளும் நீ விளையாடுகிறாய்...	40
15.	நீ மௌனமாக இருப்பதை விரும்புகிறேன்.	42
16.	அந்தி நேரத்தில் என் ஆகாயத்தில்...	43
17.	நெளியும் நிழல்களைப் பற்றிச் சிந்தித்து...	44
18.	இங்கே உன்னைக் காதலிக்கிறேன்	46
19.	மெலிந்த பளபளப்பான பெண்	48
20.	இன்றிரவு என்னால் எழுத முடியும்	49
☐	நிராசையின் பாடல்	51
☐	மீண்டும் நெரூதா	54

01

பெண்ணின் உடல்

பெண்ணின் உடல், வெண் குன்றுகள், வெண் தொடைகள்
நீ சரணடைந்த உலகம்போலத் தோன்றுகிறாய்
என் முரட்டுக் குடியானவ உடல் உன்னை அகழ்கிறது
மண்ணின் ஆழத்திலிருந்து ஒரு மகனைத் திமிர்ந்தெழச் செய்கிறது.

சுரங்கம்போலத் தனித்திருந்தேன். பறவைகள் என்னை விட்டுப் பறந்தன
இரவின் வன்மையான ஆக்கிரமிப்பு
என் உயிர் தரிப்புக்காக உன்னை ஆயுதமாக வடித்தேன்
என் வில்லில் அம்பைப்போல, என் கவணில் கல்லைப்போல.

ஆனால் வஞ்சினத் தருணம் வீழ்கிறது. நான் உன்னைக் காதலிக்கிறேன்
சருமத்தின் உடல், பாசி உடல், வேட்கை உடல், திரண்ட பாலின் உடல்
ஆஹா, முலைக் கலசங்கள், ஆஹா மறதியின் விழிகள்,
ஆஹா அல்குலின் ரோஜாக்கள் ஆஹா உனது அமைதியும் துயரமுமான குரல்

என் பெண்ணின் உடலே, உன் கருணையைத் தொடர்ந்து போற்றுவேன்
என் தாகம், என் எல்லையற்ற வேட்கை, திசைமாறும் என் பாதை,
தணியாத தாகம் பெருகியோடும் இருண்ட நதிப் படுகைகள்
பின் தொடர்கின்றன களைப்பும் தீராத நோவும்.

02

வெளிச்சம் உன்னை மூடுகிறது

வெளிச்சம், நிலையற்ற சுடரால் உன்னை மூடுகிறது.
துக்கத்தால் வெளிறி உருவிழந்தவனே,
உன்னைச் சுற்றிச் சுழலும் அந்தியின் பழைய சக்கரங்களுக்கு
முகம் திருப்பி நிற்கிறாய்.

என் தோழமையே
இறந்தவர்களின் தனிமைத் தருணத்தில் தனித்தும்
உயிர்ப்பின் நெருப்பால் நிரம்பியும் சிதைந்த பகலின் ஒரே வாரிசாகவும்
பேச்சற்று நிற்கிறாய்.

சூரியனிடமிருந்து ஒரு பழக் குலை உன் கறுத்த உடைமீது விழுகிறது.
உன் ஆன்மாவிலிருந்து இரவின் வேர்கள் சட்டென வளர்கின்றன
உனக்குப் புதிதாகப் பிறந்த
நீலம்பாரித்து வெளிறிய மக்கள் ஊட்டம்பெற
உன்னுள் மறைந்தவையெல்லாம்
மீண்டும் வெளியே வருகின்றன.

ஆஹா, அற்புதமான, இனம் பெருக்கும் வசீகர அடிமையே
கருமையிலும் பொன்மையிலும் மாறிமாறி நகரும்
வட்டத்தின் அடிமையே எழு. துக்கத்தால் நிரம்பியது எனினும்
அதன் பூக்கள் வதங்கும்வரை
வாழ்வு ததும்பும் படைப்பை உரிமைகொள்.

03

பைன் மரப் பரப்பு

பைன் மரங்களின் பரப்பு நொறுங்கும் அலைகளின் முணுமுணுப்பு
வெளிச்சத்தின் மந்த விளையாட்டு, தனித்த மணியோசை
விளையாட்டுப் பொம்மையே, உன் விழிகளுக்குள்
விழுந்துகொண்டிருக்கிறது அந்தி பாடுகிறது பூமி.

உனக்குள் நதிகள் பாடுகின்றன,
உன் விருப்பம்போலவே என் ஆன்மா அவற்றுள் பாய்கிறது
நீ உனக்கு விருப்பமான இடத்துக்கு அதை அனுப்புகிறாய்.
என் வழியை உன் நம்பிக்கை வில்லின் குறியாக்கு
என் அம்புக் கூட்டங்களை வெறியுடன் விடுவிக்கிறேன்.

பனிமூடிய உன் இடையை எல்லாத் திசையிலும் பார்க்கிறேன்
உன் மௌனம் என் வேதனைப் பொழுதுகளை வேட்டையாடுகிறது.
என் முத்தங்கள் உன்னில் நங்கூரமிடுகின்றன
என் ஈர மோகங்கள் உன் பளிங்குக் கைகளில் கூடுகட்டுகின்றன.

உன் புதிர்க் குரல் ரீங்காரத்தில் மணிமுழக்கத்தை நேசிக்கிறது
சாயும் மாலையில் இருள்கிறது. இரவின் ஆழ்ந்த பொழுதுகளில்
காற்றின் வாயில கோதுமைக் கதிர்களின் தாள்கள் ஒலிப்பதை
வயல்களில் பார்த்திருக்கிறேன்.

04

நிரம்பியிருக்கிறது காலை

கோடையின் இதயத்தில்
புயலால் நிரம்பியிருக்கிறது காலை.

விடைசொல்லும் வெள்ளைக் கைக்குட்டைகள்போல
மேகங்கள் பயணம் செல்கின்றன. காற்றின் கைகள் அவற்றை வீசுகின்றன

நம் மௌனக் காதலின் மீது
காற்றின் கணக்கற்ற இதயங்கள் துடிக்கின்றன.

மரங்களுக்கிடையில் போர்களும் பாடல்களும் நிறைந்த மொழிபோல
பல்லிசையும் புனிதமுமாக எதிரொலிக்கிறது.

விரைவான பறிமுதலில் காற்று சருகுகளைச் சுமந்து செல்கிறது
பறவைகளின் விறைக்கும் அம்புகளை விலக்குகிறது.

தெளிப்பில்லாத அலையிலும் கனமில்லாத பொருளிலும்
அவியும் நெருப்பிலும் அவளைப் புரட்டிப் போடுகிறது காற்று.

கோடைக் காற்றின் வாசலில் அவளது முத்தங்களின் திண்மை
தாக்குண்டு நொறுங்குகிறது; மூழ்குகிறது.

05

எனவே நீ என்னைக் கேட்பாய்

என் சொற்கள்
கடற்கரையில் நீர்க் கழுகுகளின் ஒலித்தடங்கள்போல
தேய்ந்து மெலிகின்றன,
எனவே நீ என்னைக் கேட்பாய்

திராட்சை போன்ற உன் மென் கைகளுக்கு
போதை மணி ஒரு அலங்காரம்

வெகுதொலைவிலிருந்து என் சொற்களைக் கவனிக்கிறேன்
அவை என்னுடையவை என்பதிலும் உன்னுடையவை
அவை என் பழைய துயரின்மேல் கொடிபோலப் பற்றியேறுகின்றன

ஈரச் சுவர்களிலும் அவ்வாறே படர்கின்றன
இந்தக் கொடும் விளையாட்டுக்கு நீதான் காரணம்
அவை என் இருண்ட குகையிலிருந்து தப்பியோடுகின்றன
நீ எல்லாவற்றையும் நிரப்புகிறாய், உனக்கும் முன்பே

நீ குடியிருக்கும் என் தனிமையை அவை நிரப்பியிருந்தன
அவற்றுக்கு என் சோகத்துடன் உன்னைவிட அதிகப் பழக்கம்.

நான் உன்னிடம் சொல்ல விரும்புவதை இப்போது அவை சொல்லக்கூடும்
நீ கேட்க வேண்டுமென்று நான் விரும்புவதை அவை கேட்கக்கூடும்

வழக்கம்போலவே காற்று பதற்றத்துடன் அவற்றை இழுத்துச் செல்கிறது
தருணங்களில் கனவுகளின் சூறை அவற்றைப் புரட்டிப் போடுகிறது.
என்னுடைய துயரக் குரலில் நீ வேறு குரல்களையும் கேட்கிறாய்
பழைய வாய்களின் புலம்பல் பழைய பிரார்த்தனைகளின் குருதி.
துணையே, என்னை நேசி, என்னைக் கைவிடாதே, என்னைப் பின் தொடர்
துணையே இந்த வேதனை அலையில் என்னைப் பின் தொடர்

ஆனால், உனது காதலால் கறைபடிகின்றன என் சொற்கள்
நீ எல்லாவற்றிலும் நிறைந்திருக்கிறாய். எல்லாவற்றிலும்.

*அவையெல்லாவற்றையும் நான் முடிவில்லாத அணிகலனாக்குகிறேன்
திராட்சைபோல மென்மையான உன் பொன்னிறக் கைகளுக்காக,*

06

நீ இருந்ததைப்போலவே உன்னை நினைவு கூர்கிறேன்

சென்ற இலையுதிர் காலத்தில்
எப்படி இருந்தாயோ அப்படியே உன்னை நினைவுகூர்கிறேன்
நீ சாம்பல் நிறத் தொப்பியும் அசையா இதயமுமாக இருந்தாய்
உன் கண்களில் அந்திச் சுடர்கள் போராடின உன் ஆன்ம நீரில் இலைகள் உதிர்ந்தன

படர்கொடிபோல என் கைகளைப் பற்றிக்கொண்டு
நிதானமும் அமைதியுமான உன் குரலைத் திரட்டின இலைகள்.
பய பக்தியின் சொக்கப் பனையில் எரிந்து கொண்டிருந்தது என் தாகம்.
இனிய நீலவண்ண ஆகாயத் தாமரைகள் என் ஆன்மாவை முறுக்கின.

உன் கண்கள் சென்றுகொண்டிருப்பதையும்
இலையுதிர் காலம் வெகு தொலைவில் என்பதையும் உணர்கிறேன்.
சாம்பல் நிறத் தொப்பி, பறவையின் குரல்.
என் வேட்கைகள் இடபெயர்ந்தும் என் முத்தங்கள் நீறுபூத்த தணல்கள்போல
மகிழ்ந்தும் குடியேறும் வீடு உன் இதயம்.

கப்பலிலிருந்து தெரியும் வானம் குன்றுகளிலிருந்து தெரியும் வயல்
உன் நினைவு ஒளியாலும் புகையாலும் அசைவற்ற நீராலும் ஆனது.
உன் கண்களுக்கு அப்பால் தொலைவில் மாலைகள் எரிந்துகொண்டிருந்தன
உன் ஆன்மாவில் இலையுதிர் காலச் சருகுகள் சுழன்றன.

07

பிற்பகல்களில் சாய்ந்து...

பிற்பகல்களில் சாய்ந்து
என் துயர வலைகளை உன் சமுத்திரக் கண்களில் வீசுகிறேன்.

அங்கே உயர்ந்தெழும் நெடுந்தீயில் என் தனிமை நீள்கிறது; சுவாலையாய் எரிகிறது.
அதன் கைகள் வெள்ளத்தில் மூழ்கியவனின் கைகள்போல முறுகுகின்றன.

உன் புலப்படாக் கண்களுக்குக் குறுக்கே அபாயச் சமிக்ஞைகளை அனுப்புகிறேன்
கலங்கரை விளக்கின் அருகான கடலாகப் புரள்கிறது.

தொலைவிலிருக்கும் என் பெண்ணே நீ இருளையே பாதுகாக்கிறாய்
உன் பார்வையிலிருந்து சிலவேளை பீதியின் கதை எழுகிறது.

பிற்பகல்களில் சாய்ந்து என் துயர வலைகளை
உன் சமுத்திரக் கண்களில் மோதும் கடலில் வீசுகிறேன்.

உன்னைக் காதலிப்பதால் என் ஆன்மாபோலச் சுடர்ந்தொளிரும் முதல்
விண்மீன்களை இரவுப் பறவைகள் கொத்துகின்றன

இரவு பூமியெங்கும் நீலக் குஞ்சங்களைச் சிதறவிட்டு
தன் நிழற்குதிரைமேல் சவாரி செய்கிறது.

08

வெள்ளைத் தேனீ

வெள்ளைத் தேனீயே, தேனருந்திய கிறக்கத்தில்
என் ஆன்மாவில் முரல்கிறாய் சாவதானப் புகைச் சுருள்போலப் பறந்திறங்குகிறாய்.

நான் நம்பிக்கை அற்றவன் எதிரொலிகள் இல்லாத சொல்
எல்லாம் இழந்தவன் எல்லாம் இருந்தவன்

கடைசி வடக் கயிறே, என் கடைசி ஆசை உனக்குள் நெரிபடுகிறது.
என் தரிசு நிலத்தில் நீ கடைசி ரோஜா.

ஆ, நீ மௌனமாக இருக்கிறாய்.

உன் ஆழ் விழிகளை மூடு, அங்கே இரவு சிறகடிக்கிறது
உன் உடல் அச்சமுற்ற நிர்வாணச் சிலை.

உனக்கு ஆழமான கண்கள் அவற்றில் இரவு அசைகிறது.
உனக்கு மலர்களின் குளிர்க் கரங்கள்; ரோஜாவின் நாபி.

உன் முலைகள் வெண் நத்தைகள்
உன் அடிவயிற்றில் உறங்க வந்திருக்கிறது நிழலின் பட்டாம் பூச்சி

ஓ, நீ மௌனமாக இருக்கிறாய்.

நீ இல்லாத தனிமை இது, மழை பெய்கிறது
கடற்காற்று நீர்க் கழுகுகளை வேட்டையாடுகிறது.

ஈரத் தெருக்களில் வெறுங்காலுடன் நடக்கிறது நீர்.
அந்த மரக் கிளையிலிருந்து நோயாளிகளைப்போல இலைகள் முனகுகின்றன

வெள்ளைத் தேனீயே, நீ விலகிச் சென்றாலும் என் ஆன்மாவுக்குள் முரல்கிறாய்
மீண்டும் காலத்துக்குள் ஒடுங்கி அமைதியாக வாழ்கிறாய்.

ஓ. நீ பேசாமலிருக்கிறாய்.

09

தேவதாருக்களாலும் நெடிய முத்தங்களாலும் போதையேறிய

தேவதாருக்களாலும் நெடிய முத்தங்களாலும் போதையேறிய
வேனிற் பருவம்போல திடமான கடற்கிறக்கத்தால் தாக்குண்டு
மெலிந்த பகலின் மரணத்தை நோக்கி
ரோஜாக்களின் கப்பலை விரைந்து செலுத்துகிறேன்.

என்னை மூழ்கடிக்கப் பாயும் நீரில் வீழ்த்தப்பட்டு வெளிறி
சாம்பல் உடையுடுத்து கசந்த ஓசைகளுடன்
கைவிடப்பட்ட நுரையின் சோக மகுடமணிந்து
நிர்வாணக் கால நிலையில் துவர்ப்பு மணத்தில் கப்பலோட்டுகிறேன்.

வேட்கை திமிற ஒற்றை அலைமீது ஏறிச் செல்கிறேன்
நிலவின் குளிரையும் சூரியனின் தகிப்பையும் ஒரே தருணத்தில் தாங்கி
குளீர்ந்த நாபிகள்போல வெண்மையும் இனிமையும் நிறைந்த
அதிர்ஷ்டத் தீவுகளின் குரல்வளையில் அமைதியடைகிறேன்.

ஈரமான இரவுகளில் மின்னூட்டத்தால் உன்மத்தம் முற்றி
கனவுகளில் சாகசமாகப் பகுக்கப்பட்டு
என் முத்தங்களின் ஆடை நடுங்குகிறது.
வெறியூட்டும் ரோஜாக்கள் என்னை சோதிக்கின்றன.

புறக் கடல் அலைகளுக்கிடையில் விண்ணுக்குக் கீழே வலிமையுடன்
விரைந்தும் நிதானமாகவும் உன் இணையான உடல்
என் ஆன்மாவுடன் நிரந்தரமாகப் பிணைக்கப்பட்ட மீன்போல
என் கைகளுக்குள் அடங்குகிறது.

10

இந்த அந்திப்பொழுதையும் நழுவ விட்டோம் நாம்

இந்த அந்திப்பொழுதையும் நழுவ விட்டோம்
பூமிமேல் நீல இரவு கவியும்போது கையோடு கைசேர்த்த நம்மை
இந்த மாலை நேரத்தில் யாரும் பார்க்கவில்லை.

தொலைதூர மலையுச்சிகளில் அந்திவேளைத் திருவிழாவை
எனது ஜன்னல் வழியாகப் பார்த்துக்கொண்டிருந்தேன்

சில சமயங்களில் சூரியனின் துண்டு
நாணயம்போல என் கைகளில் எரிந்தது.

இறுகிப்போன என் ஆன்மாவில்
துக்கத்துடன் உன்னை நினைத்திருந்தது உனக்கும் தெரியுமே.

அப்போது நீ எங்கிருந்தாய்?
வேறு யாரிருந்தார் அங்கே?
என்ன சொல்லிக்கொண்டிருந்தாய்?
நீ தொலைவிலிருக்கிறாய் என்று துக்கமுணரும்போதும்
திடீரென்று முழுக்காதலும் என்னிடம் வருவது ஏன்?

எப்போதும் அந்திவேளையில் வாசிக்கும் புத்தகம் கீழே விழுகிறது
எனது நீலக்கம்பளி உடை அடிபட்ட நாய்போலக் காலடியில் சுருண்டு விழுகிறது.

சிலைகளை அழிக்கிற அந்திவேளையை நோக்கி
மாலைநேரங்களினூடே எப்போதும் எப்போதும் நீ பின்வாங்குகிறாய்.

11

ஏறத்தாழ ஆகாயத்துக்கு வெளியில்

ஏறத்தாழ ஆகாயத்துக்கு வெளியில் இரண்டு மலைகளுக்கு நடுவில்
அரை நிலவு நங்கூரமிடுகிறது திரிந்தலையும் இரவு திரும்புகிறது.
விழிகளைத் துளைப்பவளே, இந்த நீர்நிலையில்
எத்தனை நட்சத்திரங்கள் நொறுங்கியிருக்கின்றன, பார்ப்போம்.

அது என் கண்களுக்கு நடுவில்
இரங்கற் சிலுவையை வரைந்துவிட்டுப் போகிறது.
கருங்கல் உலை, நிறுத்தப்பட்ட கலகங்களின் இரவுகள்,
என் இதயம் கிறுக்குச் சக்கரமாகச் சுழல்கிறது.
தொலைவிலிருந்து வந்தவளே,
வெகு தொலைவால் அழைத்துவரப் பட்டவளே,
உன் பார்வை ஆகாயத்துக்குக் கீழே ஒளிர்கிறது.
சூறாவளியே, மூர்க்கப் புயலே,
சிலவேளை
நீ என் இதயத்தின் மீது நிற்காமல் கடந்து செல்கிறாய்.
கல்லறைகளிலிருந்து எழும் காற்று
உறங்கும் உன் வேர்களைப் பிய்த்து எறிகிறது
அவளுக்கு மறுபுறம் நிற்கும் பெரு மரங்களை வேரோடு பறிக்கிறது
ஆனால் நீயோ
மேகமற்றவள், புகையின் கேள்வி, சோளக் குஞ்சலம்.
மின்னும் இலைகளால் உன்னைத்தான் காற்று வடித்துக் கொண்டிருந்தது.
இரவு மலைகளுக்குப் பின்னால்
பெரு நெருப்பின் வெண்மலராக நீ.
ஹா, நானொன்றும் சொல்வதற்கில்லை
நீ எல்லாவற்றாலும் உருவாக்கப்பட்டவள்.

எனது நெஞ்சைத் துண்டுதுண்டாக்கிய மோகமே,
அவளுடைய புன்னகை மிளிராத
அந்த வேறு வழியே செல்லும் நேரமாயிற்று
சூறைக் காற்று மலைகளைப் புதைத்தது
வாதைகளின் சேற்றுச் சுழலே

இப்போது ஏன் அவளைத் தொடுகிறாய்
ஏன் அவளை வருத்துகிறாய்.

எல்லாவற்றிலிருந்து விலகிய அந்த வழியில் பதற்றமின்றி,
மரணமின்றிச் செல்லும்போது பனித் துளிகளில் விழிதிறந்து
ஒதுங்கிக் காத்திருக்கிறது குளிர்காலம்.

12

உன் முலை போதும்

என் இதயத்துக்கு உன் முலை போதும்
உன் சுதந்திரத்துக்கு என் சிறகுகள் போதும்
உன் ஆன்மாவின் மேல் உறங்கிக்கொண்டிருப்பதுதான்
என் வாய்வழியே சொர்க்கத்துக்கு உயரும்.

ஒவ்வொரு நாளின் மாயத் தோற்றமும் உன்னுள்ளிருக்கிறது
பனித்துளிபோல பூமொட்டுகளை அடைகிறாய்
நீ வராமலிருந்து தொடுவானத்தைக் கவிழ்க்கிறாய்
அலையைப்போல ஓயாமல் விம்மி எழுகிறாய்

நீ பைன்மரங்களையும் கப்பற் கொடிமரங்களையும்போல
காற்றில் பாடுகிறாய் என்று சொல்லியிருந்தேனே?
நீயும் அவைபோல உயரமானவள், அமைதியானவள்
ஆக நீயும் கடற்பயணம்போலத் துயரமானவள்

பழைய பாதையைப்போல உனக்கான பொருட்களைச் சேகரிக்கிறாய்
எதிரொலிக்கும் நினைவேக்கக் குரல்கள் உன் வீட்டை நிறைக்கின்றன
நான் விழித்தெழுந்தேன். சில வேளைகளில்
உன் ஆன்மாவில் உறங்கிக் கொண்டிருந்த பறவைகள்
பறந்து வலசை போய்க்கொண்டிருந்தன.

13

நான் அடையாளமிட்டிருக்கிறேன்

உன் உடலின் வரைபடத்தைத்
தீச் சிலுவைக் குறிகளால் அடையாளமிட்டிருக்கிறேன்.
என் வாய் அதன்மேல் குறுக்கிட்டபோது உனக்குள்ளேயோ உனக்குப் பின்னாலோ
தாகத்தால் விரட்டப்பட்ட ஒரு சிலந்தி வெட்கத்துடன் ஒளிந்துகொள்ளப் பார்த்தது.

மாலைப் பொழுதின் கரையில் உன்னிடம் சொல்லக் கதைகள் உண்டு
எனவே துயரப் பதுமையே வருந்தாதே.
தொலைவில் ஒரு அன்னம், மகிழ்ச்சியில் ஒரு மாமரம்
திராட்சை கனிந்த வளமான பருவம்.

எங்கிருந்து உன்னை நேசித்தேனோ அதே துறைமுகத்தில் வாழ்ந்தவன் நான்.
கனவுடனும் மௌனத்துடனும் கடந்துபோனது தனிமை
கடலுக்கும் துயருக்கும் நடுவில் திடமான இரு படகோட்டிகளுக்கு இடையில்
ஓசையின்றி மயக்கத்தில் தளைக்கப்பட்டேன்.

இதழ்களுக்கும் குரல்களுக்குமிடையில்
பறவைச் சிறகுகொண்ட எதுவோ தீரா வேதனைகொண்ட எதுவோ
மறந்துபோன ஏதோவொன்று
வலைகளில் தண்ணீர் தங்காததுபோல இறந்து போகிறது

என் விளையாட்டுப் பொம்மையே
பனித்துளிகள் மட்டும் நடுங்கிக் கொண்டிருக்கின்றன இருந்தும்
தப்பிப் பிழைத்த இந்தச் சொற்களில் எதுவோ பாடுகிறது.
எதுவோ என் பசித்த வாய்க்குள் பாடுகிறது

மகிழ்ச்சியின் எல்லாச் சொற்களாலும்
உன்னைக் கொண்டாட என்னால் முடிந்தால்...
பைத்தியக்காரன் கையில் சிக்கிய மணிபோலப்
பாடு, கனன்றெரி, தப்பிச் செல்.

என் சோக மென்மையே, இத்தனை விரைவாக வந்து உன்னை மூடுவது எது?
அச்சுறுத்தும் குளிரின் உச்சத்தை அடையும்போது
இரவு மலராக மூடிக்கொள்கிறது என் இதயம்.

14

ஒவ்வொரு நாளும் நீ விளையாடுகிறாய்...

ஒவ்வொரு நாளும் நீ பிரபஞ்சத்தின் ஒளியுடன் விளையாடுகிறாய்.
அருமை விருந்தாளியே நீ பூவிலும் நீரிலும் வந்து சேர்கிறாய்.
ஒவ்வொரு நாளும் பழக்குலைபோல
நான் கைகளில் இறுகத் தழுவியிருக்கும் வெண் சிரம் மட்டுமல்ல நீ.

நீ என் காதலி, உனக்கு நிகர் எவரும் இல்லை.
இந்த மஞ்சள் நிறப் பூமாலைகளுக்கிடையில் உன்னைக் கிடத்துகிறேன்.
தென் திசை நட்சத்திரங்களுக்கிடையில் புகை எழுத்துக்களால்
என் பெயரை எழுதுவது யார்?
இந்தப் பிறவிக்கு முன்பு என்னவாக இருந்தாய் என்று நினைவுகூர விடு.

காற்று திடீரென்று ஊளையிடுகிறது. எனது மூடிய ஜன்னல் மீது அறைகிறது
ஆகாயம் நிழல் மீன்கள் நெருக்கியடிக்கும் வலை.
இங்கே விரைவாகவோ தாமதமாகவோ எல்லாக் காற்றும் கலைகிறது.
மழை தன் ஆடைகளைக் களைகிறது.

பறவைகள் பறந்தோடி மறைகின்றன
காற்று. காற்று.
மனிதனின் சக்தியை எதிர்த்து நிற்க மட்டுமே என்னால் முடியும்
கரிந்த சருகுகளைச் சுழற்றி வீசுகிறது புயல்.
சென்ற இரவு ஆகாயத்தில் நங்கூரமிட்டு நிறுத்திய
படகுகளைக் கட்டவிழ்த்து விடுகிறது.

நீ இங்கே இருக்கிறாய், எங்கும் போய்விடாதே
என் கடைசிக் கூக்குரலுக்கும் பதிலளிப்பாய்
பயத்துடன் என்னைத் தழுவிக்கொள் வாய். எனினும் ஒருமுறை
ஓர் அந்நிய நிழல் உன் கண்களைக் கடந்து போனதே.

இப்போதும், இப்போதும், சின்னவளே, எனக்கு
தேன்பூக்களைக் கொண்டுவருகிறாய்.
உனது முலைகளில் அவற்றின் நறுமணம்

துக்கமான காற்று வண்ணத்துப் பூச்சிகளைச் சிதைத்துச் செல்லும்போதும் நான்
உன்னைக் காதலிக்கிறேன், எனது ஆனந்தம்
உன் பிளம் இதழ்களை மெல்லுகிறது.

என்னை அறிந்ததால் எனது கொடூரம், தனிமையான ஆன்மா,
எல்லாரையும் விரட்டும் எனது பெயர்
எல்லாம் அறிந்ததால். நீ எவ்வளவு துன்புற்றிருப்பாய்
காலை நட்சத்திரம் நமது கண்களை முத்தமிட்டு, எரிவதை
எத்தனைமுறை பார்த்திருக்கிறோம்.
மங்கிய ஒளி நமது தலைக்கு மேல் விசிறியடித்து வீசியதை
எத்தனைமுறை பார்த்திருக்கிறோம்.
என் சொற்கள் மழையாக உன்மீது பொழிந்து தழுவின.
வெயில் புடமிட்ட உன் உடற்சிப்பியை நெடுங்காலம் நேசித்திருந்தேன்.
பிரபஞ்சம் முழுவதும் உனது உரிமை என்று
இப்போது நம்புகிறேன்.
மலைகளிலிருந்து உனக்கு சந்தோஷப் பூக்களை, நீலமணிப் பூக்களை;
அடர்ந்த ஹேஸல் பூக்களை; நாட்டுப்புறக் கூடைகள் நிறைய
முத்தங்களைக் கொண்டுவருவேன்.

வசந்தம் செர்ரி மரங்களுடன் நிகழ்த்துவதை
நான் நிகழ்த்த வேண்டும் உன்னுடன்.

15

நீ மௌனமாக இருப்பதை விரும்புகிறேன்.

நீயே இல்லாததுபோல நீ மௌனமாக இருப்பதை விரும்புகிறேன்.
தொலைவிலிருந்து என்னைக் கேட்கிறாய், ஆனால்
என் குரல் உன்னைத் தொடுவதில்லை.
உன் கண்கள் பறந்துபோனதாகத் தோன்றுகிறது
உன் வாய் முத்தத்தால் மூடப்பட்டதாகத் தோன்றுகிறது.

எல்லாப் பொருட்களிலும் என் ஆன்மா நிறைந்திருக்கிறது
நீ பொருட்களிலிருந்து வருகிறாய், என் ஆன்மாவால் நிறைந்திருக்கிறாய்.
நீ என் ஆன்மாபோலத் தோன்றுகிறாய்
பட்டுப்பூச்சியின் கனவுபோலத் தோன்றுகிறாய்
துக்கம் என்ற வார்த்தைபோலத் தோன்றுகிறாய்.

நீ வெகுதூரத்திலிருப்பதுபோல
நீ மௌனமாக இருப்பதை விரும்புகிறேன்.
பட்டுப்பூச்சி புறாவாகக் குனுகுவதுபோல ஒலிக்கிறது உன் புலம்பல்
தொலைதூரத்திலிருந்து என்னைக் கேட்கிறாய், ஆனால்
என் குரல் உன்னைத் தொடுவதில்லை.
உன் நிசப்தத்தால் நானும் மௌனமாகிறேன்.

என்னைப் பேசவிடு, உன் மௌனத்துடன் பேசவிடு.
அது வெளிச்சம்போலத் தெளிவானது; மோதிரம்போல எளிமையானது.
மௌனமான, நட்சத்திரக்கூட்டமுள்ள, இரவைப்போன்றவள் நீ
உன் மௌனம் தூரத்தில் மறைந்திருக்கும் நட்சத்திரத்தின் மௌனம்.

தொலைவிலும் துக்கத்திலுமாக
நீயே இல்லாததுபோல
நீயே இறந்ததுபோல
நீ மௌனமாக இருப்பதை விரும்புகிறேன்.
அப்போது ஒரு வார்த்தை, ஒரு புன்னகை போதும்
மகிழ்வேன் நான், உண்மையானவல்ல எனினும்.

16

அந்தி நேரத்தில் என் ஆகாயத்தில்...

அந்தி நேரத்தில் என் ஆகாயத்தில் நீ ஒரு மேகம்போல
உன் வடிவமும் நிறமும் நான் நேசிப்பதுபோலவே
இனிய உதடுகளுள்ள பெண்ணெ! நீ என்னவள்... என்னவள்
உன் வாழ்வில் என் முடிவற்ற கனவுகள் வாழ்கின்றன.

என் உயிரின் சுடர் உன் பாதங்களுக்கு சாயமிடுகிறது
என் துவர்ப்பு மதுவும் உன் உதடுகளில் இனிப்பாகிறது
என் மாலைப்பாடல்களைக் கொய்பவளே!
நீ என்னவள் என்று தனிமைக்கதைகளில் நம்புகிறேன்.

நீ என்னவள்... என்னவள்... பிற்பகல் காற்றில் அலறுகிறேன்
என் கைம்மைக்குரல் மீது ஊளையிடுகிறது காற்று.
என் விழிகளின் ஆழங்களில் வேட்டையாடுபவளே!
விழிகளை இரவின் நீர்மை என்று நம்புகிறது உன் கொள்ளையடிப்பு.

என் அன்பே! என் சங்கீதத்தின் வலையில் பிடிபட்டாய் நீ
என் சங்கீத வலைகளோ வானம்போல பரந்தவை.
துக்ககரமான உன் கண்களின் கரையில் பிறந்தது என் உயிர்
துக்ககரமான உன் கண்களில் தொடங்குகிறது கனவுகளின் நிலம்.

17

நெளியும் நிழல்களைப் பற்றிச் சிந்தித்து...

ஆழ்தனிமையில்
சிந்தித்து நெளிகின்றன நிழல்கள்
நீயோ தொலைவில்
வேறு எவரையும்விட வெகு தொலைவில்
சுதந்திரமாகச் சிந்திக்கும் பறவைகள்
கரையும் உருவங்கள் புதையும் விளக்குகள்
மூடுபனிக்குள் மணிமேடைகள்
எல்லாம் அங்கிருந்து எத்தனை தொலைவில்.
மூச்சடைக்கும் புலம்பல்கள், பொடிந்து தூளாகும் நிழல் நம்பிக்கைகள்
வாய்பேசாத அரைப்பவன் நகரத்துக்கு அப்பாலிருந்து
இரவு முகம்கவிழ்ந்து உன்மேல் கவிகிறது.

ஒரு பொருள் எனக்கு எவ்வளவு அந்நியமோ
அவ்வளவு அன்னியம் உன் தோற்றம்.
எல்லார் முன்னும் என் வாழ்க்கையை, என் முரட்டு வாழ்க்கையைத்
தேடுவதுபோல உன் முன்னும்
என் வாழ்வின் தடயங்களைத் தேடுகிறேன்.

கடலை நோக்கிய ஆர்ப்பரிப்பு பாறைகளுக்கு இடையில்
கடல் நுரைகளுக்கு அருகில் பைத்தியம்போலக் கட்டறுத்து ஓடுகிறது
சோகச் சீற்றம் அலறல் கடலின் தனிமை உயரே
விண் நோக்கி வன்மையோடு எழும்புகிறது.

பெண்ணே அங்கே நீ என்னவாக இருந்தாய்?
பிரம்மாண்ட விசிறியின் எந்தக் கற்றையாக எந்தச் சிறகாக இருந்தாய்?
இப்போது நீ எங்கோ அங்கேதான் முன்பும்.

நீலச் சிலுவைகளாக எரிகிறது காட்டுத் தீ
எரி, எரி, சுவாலையெழ எரி
ஒளியின் மரங்களில் மின்னி ஒளிர்

பெரு நெருப்பு
சரிந்து கொண்டிருக்கிறது
நெருப்பு நெருப்பு.

தீச்சுருள்களில் மரத்துப்போய்
என் ஆன்மா நடனமாடுகிறது
யார் அழைப்பது?,
எதிரொலி அடர்ந்த எந்த மௌனம் அழைக்கிறது?
நினைவேக்கப் பொழுது மகிழ்ச்சிப் பொழுது
தனிமைப் பொழுது எல்லாவற்றின் முடிவில் எனக்கான பொழுது.
வேட்டைக்காரர்களின் எக்காளத்தினூடே
பாடிச் செல்கிறது காற்று
என் உடலைப் பிணைத்த புலம்பலின் வேட்கை
எல்லா வேர்களின் நடுக்கம்
எல்லா அலைகளின் தாக்குதல்
என் ஆன்மா மகிழ்ச்சியாக சோகமாக முடிவில்லாமல்
அலைந்து திரிந்தது.

ஆழ் தனிமையில் புதையுறும் விளக்குகளைப் பற்றிச் சிந்திக்கிறேன்
நீ யார்? நீ யார்?

18

இங்கே உன்னைக் காதலிக்கிறேன்

இங்கே உன்னைக் காதலிக்கிறேன்
இருண்ட பைன் மரங்களுக்கிடையில் காற்று சுருக்கவிழ்க்கிறது.
அலைமோதும் நீரில் கந்தகம்போல் நிலா ஒளிர்கிறது
நாட்கள் எல்லாமும் ஒன்றேபோல ஒன்றையொன்று விரட்டிச் செல்கின்றன.

நடன வடிவில் பனி படர்கிறது
மேற்கிலிருந்து வெண்ணிறக் கடற் கழுகு தடுமாறி விழுகிறது.
சில வேளையில் ஒரு கப்பற் பாய். உயரே உயரே விண்மீன்கள்.

கப்பலின் கரு நிறக் குறுக்கோட்டம்
தனித்து.
சில வேளைகளில் விரைவாக விழித்தெழுகிறேன்
என் ஆன்மாவும் ஈரமாகிறது
தொலைவில் கடல் ஒலிக்கிறது; எதிரொலிக்கிறது
இது துறைமுகம்
இங்கே உன்னைக் காதலிக்கிறேன்.

இங்கே உன்னைக் காதலிக்கிறேன். ஆனால்
தொடுவானம் உன்னை ஒளித்துவைக்க வீணாக முயல்கிறது.
இந்த விறைத்த பொருட்களுக்கு இடையிலும்
இன்னும் உன்னைக் காதலிக்கிறேன்.
சில வேளைகளில் என் முத்தங்கள்
கடலுக்குக் குறுக்கே எங்கும் சென்றடையாத
கனரகக் கப்பல்களில் போகின்றன.
பழைய நங்கூரங்களைப்போல என்னையே மறக்கிறேன்.
பிற்பகல் அங்கே நங்கூரமிடும்போது
தூண்கள் துக்கப்படுகின்றன.
என் வாழ்வு எந்தப் பயனுமில்லாமல்
களைப்படைகிறது; பசிகொள்கிறது.
என்னிடம் இல்லாததைக் காதலிக்கிறேன்.
நீயோ வெகு தொலைவில்.
என் கழிவிரக்கம் மந்தமான அந்திகளுடன் போராடுகிறது

ஆனால் இரவு வருகிறது; எனக்காகப் பாடத் தொடங்குகிறது.
நிலவு தன் கனவுக் கடிகாரத்தைத் திருப்புகிறது.

பெரிய விண்மீன்கள் உன் கண்களால் என்னைப் பார்க்கின்றன
நான் உன்னைக் காதலிக்கும்போது
பைன் மரங்கள் ஊசி இலைகளுடன்
காற்றில் உன் பெயரைப் பாட விரும்புகின்றன.

19

மெலிந்த பளபளப்பான பெண்

பழங்களை உருவாக்கும் தானியங்களைத் திரட்சியாக்கும்
கடற்பாசிகளைச் சுருட்டும் சூரியன் தான்,
மெலிந்த பளபளப்பான பெண்ணே, உன் உடலையும் சுடர் விழிகளையும்
நீரின் புன்னகையால் உனது வாயையும் மகிழ்ச்சியால் நிறைத்தது.

நீ கைகளை விரிக்கும்போது கறுத்த ஏக்கச் சூரியன்
உன் பிடரிக் கரும் இழைகளைப் பின்னுகிறது சிற்றருவிபோல
சூரியனுடன் விளையாடுகிறாய்; அது இரண்டு கருத்த தடாகங்களை உன்
கண்களில் தேக்குகிறது மெலிந்த பளபளப்பான பெண்ணே,
எதுவும் என்னை உன்னிடம் ஈர்க்கவில்லை

நீ ஒரு உச்சிப் பகல் என்று
எல்லாமும் என்னை தொலைவுக்கே கொண்டு செல்கின்றன
நீ தேனீயின் வெறிதுள்ளும் இளமை.
அலையின் கிறக்கம். கோதுமைக் கதிர்த்தாளின் வலிமை.

இருந்தும் என் வாடிய இதயம் உன்னையே தேடுகிறது.
மகிழ்ச்சி ததும்பும் உன் மேனியை
மெலிந்து பொங்கும் உன் குரலை நான் நேசிக்கிறேன்.
கருநிற வண்ணத்துப் பூச்சியே, நீ
கோதுமை வயலையும் அபின் மலரையும்போல இனிமையானவள்
சூரியனையும் தண்ணீரையும்போல நிச்சயமானவள்.

20

இன்றிரவு என்னால் எழுத முடியும்

இன்றிரவு என்னால் எழுத முடியும் துக்கம் மிகுந்த வரிகளை.

உதாரணமாக, "இரவு சிதற நீல நட்சத்திரங்கள் தொலைவில் நடுங்குகின்றன..."

இவ்வாறு, இரவுக்காற்று வானத்தில் சுற்றிச் சுழன்று பாடுகிறது.

இன்றிரவு என்னால் எழுத முடியும் துக்கம் மிகுந்த வரிகளை.
நான் அவளைக் காதலித்தேன், சில சமயம் அவள் என்னையும் காதலித்தாள்.

இந்த இரவுபோல, பல இரவுகளில் என் கைகளால் அவளைத் தழுவினேன்
முடிவற்ற ஆகாயத்தின்கீழ் மீண்டும் மீண்டும் அவளை முத்தமிட்டேன்

அவள் என்னைக் காதலித்தாள், சில சமயம் நான் அவளையும் காதலித்தேன்.
அவளுடைய அகண்ட நிலைத்த கண்களைக் காதலிக்காமல் எப்படி?

இன்றிரவு என்னால் எழுத முடியும் துக்கம் மிகுந்த வரிகளை.
அவள் என்னுடையவளல்ல என்று நினைக்க, அவளை இழந்தேன் என்று உணர,

விரிந்த இரவு அவளின்றி இன்னும் விரிவதைக் கேட்க,
புல்வெளியில் பனித்துளி விழுவதுபோல
இதோ ஆன்மாவில் கவிதைகள் விழுகின்றன.

என் காதல் அவளை என்னோடு இருக்கச் செய்யவில்லை
எனில் பாதகமில்லை இரவு சிதறிப் போயிற்று. அவளும் என்னுடன் இல்லை.

இவ்வளவுதான் தொலைவில் யாரோ பாடிக் கொண்டிருக்கிறார்கள்.
தொலைவில்... என் ஆன்மா அவளை இழந்ததால் நிறைவற்றது.

என் பார்வை தேடுகிறது அவளை, அவளை அடையலாம் என்பதுபோல. என்
மனம் தேடுகிறது அவளை. அவளோ என்னுடன் இல்லை.

அதே இரவு, அதே மரங்களை வெண்மையாக்குகிறது.
அன்றிருந்த நாம் அன்றிருந்தவர்களல்லர்

இனி அவளைக் காதலிப்பதில்லை. நிச்சயம், எனினும், அவளை எவ்வளவு நேசித்தேன்.
அவள் செவிப்புலனைத் தொடக் காற்றைத் தேடியலைந்தது என் குரல்,

இன்னொருவனின், இன்னொருவனின் உரிமையாவாள் அவள்.
எனது முந்திய முத்தங்கள் போல. அவளுடைய குரல்,
பிரகாசமான உடல், முடிவற்ற கண்கள்.

இனி அவளைக் காதலிப்பதில்லை, நிச்சயம்
எனினும், காதலிக்க நேரலாம்.
காதல், குறுகியது, மறதியோ மிக நீண்டது.

ஏனெனில், இந்த இரவைப் போல, பல இரவுகளில்
என் கைகளில் அவளைத் தழுவியிருந்தேன்
என் ஆன்மா அவளை இழந்ததால் நிறைவற்றது.

இதுவே அவளால் நான் சகிக்கும் கடைசி வேதனை,
எனினும் இவையே அவளுக்காக நான் எழுதும் கடைசி வரிகள்.

நிராசையின் பாடல்

என்னைச் சுற்றியுள்ள இரவிலிருந்து எழுகிறது உன் நினைவு
தனது முரட்டுப் புலம்பலைக் கடலில் கலக்கிறது நதி.

விடியற்காலங்களில் கைவிடப்படும் கப்பற்தளங்கள்போல,
இது புறப்படும்வேளை, கைவிடப்பட்டவளே.

குளிர்ந்த மலரின் சிரசுகள் என் இதயத்தின்மீது பொழிந்துகொண்டிருக்கின்றன
சிதிலங்களின் குழியே, சேதமான கப்பல்களின் கொடூரக்குகையே.

யுத்தங்களும் நடமாட்டங்களும் உன்னில் அதிகரிக்கின்றன
உன்னிடமிருந்தே பாட்டுப்பறவைகளின் சிறகுகள் உதிர்கின்றன.

தூரத்தைப்போல நீ எல்லாவற்றையும் விழுங்கினாய்
காலத்தைப்போல, கடலைப்போல எல்லாம் உனக்குள் மூழ்கின.

அவமதிப்பின் வேளை அது; முத்தத்தின் வேளையும்.
வேலைக்கெடு கலங்கரைவிளக்கம்போலப் பற்றியெரிகிறது.

மாலுமியின் பதற்றம், குருட்டு நீச்சல்காரனின் ரௌத்திரம்,
காதலின் ஆக்ரோஷ போதை எல்லாம் உனக்குள் மூழ்கின.

மழலைப்பனியில் என் ஆன்மா சிறகுற்றது; காயமடைந்தது;
தொலைந்துபோன கண்டுபிடிப்பாளியே, எல்லாம் உனக்குள் மூழ்கின.

நீ சோகத்தை அணிந்துகொண்டிருந்தாய்; ஆசையைத் தழுவிக்கொண்டிருந்தாய்;
துக்கம் உன்னை ஸ்தம்பிக்கச்செய்தது; எல்லாம் உனக்குள் மூழ்கின.

ஆசைக்கும் செயலுக்கும் அப்பால் நிழலின் சுவரை பின்னொதுங்கச் செய்தேன்;
முன்நடந்து போனேன்.

சதையே, என் சொந்தச் சதையே, நான் காதலித்தும் இழந்தும் போன பெண்ணே,
இந்த ஈரவேளையில் உன்னை அழைக்கிறேன்;
உனக்காக என் பாடலை உயர்த்துகிறேன்.

ஒரு குவளைபோல முடிவற்ற மென்மையை நிரப்பிவைத்தாய்;
முடிவற்ற மறதி அதை ஒரு குவளைபோல நொறுக்கியது.

அங்கே, தீவுகளின் இருண்ட தனிமை;
அங்கே, காதலியே, உனது கைகள் என்னைத் தழுவின.

அங்கே, பசியும் தாகமும். ஆனால் நீ பழமாக இருந்தாய்
அங்கே, துயரமும் சிதைவுகளும். ஆனால் நீ அற்புதமாய் இருந்தாய்.

உன்மீதான என் ஆசை எவ்வளவு பயங்கரம் எவ்வளவு சுருக்கம்;
எவ்வளவு கடினம், எவ்வளவு போதை; எவ்வளவு பதற்றம், எவ்வளவு பேராசை;

முத்தங்களின் மயானமே, உனது கல்லறைகளில் இன்னும் நெருப்பிருக்கிறது
பறவைகளால் கொத்தப்படம் பழமரக் கிளைகளிருக்கின்றன.

மெல்லப்பட்ட வாயே, முத்தமிடப்பட்ட தோள்களே, பசித்த பற்களே,
பின்னிப்பிணைந்த உடல்களே,

நம்பிக்கையும் நிர்ப்பந்தமும் பேதலித்த பிணைப்பே,
அதனால்தான் இணைந்தோம்; ஆனால் நிராசையுற்றோம்.

மென்மை நீர்போல துகள்போல லேசானது.
வார்த்தை அபூர்வமாக உதடுகளில் தொடங்கியது.

இது என் விதி, என் வேட்கையின் பயணம்; அதில் ஆசை வீழ்ந்தது;
எல்லாம் உனக்குள் மூழ்கின.

சிதிலங்களின் குழியே, நீ வெளியிடாத துக்கம் எதுவோ, எந்த துக்கத்தால் நீ
மூழ்கவில்லையோ, ஒவ்வொன்றும் உனக்குள் மூழ்கின.

ஒரு கடலோடிபோலக் கப்பலின் முன் உச்சியில் நின்றுகொண்டிருந்தாய்.
பேரலைமுதல் பேரலைவரை மீண்டும் அழைத்தாய்; பாடினாய்.

பாடல்களில் மீண்டும் பூத்தாய்; நீரோட்டங்களில் மீண்டும் தெறித்தாய்;
சிதிலங்களின் குழியே, திறந்த கசப்புக்கிணறே.

வெளிறிய குருட்டு நீச்சல்காரியே, அதிர்ஷ்டமில்லாத கவண்வீசுபவளே
தொலைந்துபோன கண்டுபிடிப்பாளியே, ஒவ்வொன்றும் உனக்குள் மூழ்கின.

கடுங்குளிரான புறப்பாட்டுவேளையில்
இரவுக் கால அட்டவணைகள் இறுகுகின்றன.

*கடலின் சரசரக்கும் வளையம் கரையைச் சுற்றிவளைக்கிறது குளிர்நட்சத்திரங்கள்
மேலுயர்கின்றன; கறுப்புப்பறவைகள் இடம்பெயர்கின்றன;*

*விடியற்காலங்களில் கைவிடப்பட்ட கப்பற்தளங்கள்;
நடுநடுங்கும் நிழல்மட்டும் என்கைகளில் சுழல்கிறது.*

எல்லாவற்றுக்கும் அப்பாற்பட்டவளே! எல்லாவற்றுக்கும் அப்பாற்பட்டவளே!

இது புறப்படும்வேளை, கைவிடப்பட்டவளே!

பின்னுரை

மீண்டும் நெரூதா

சரியாகப் பதினேழு ஆண்டுகளுக்குப் பின் பாப்லோ நெரூதா கவிதைகளில் நான் மேற்கொள்ளும் இரண்டாவது மொழியாக்கம் இருபது காதல் கவிதைகளும் ஒரு நிராசைப் பாடலும். நெரூதாவின் நூற்றாண்டை ஒட்டி 2005 இல் அவரது நூறு கவிதைகளின் மொழியாக்கத் தொகுப்பு பாப்லோ நெரூதா கவிதைகள் வெளிவந்தது. உயிர்மை பதிப்பகம் நூலை வெளியிட்டது. அதன் இரண்டாம் பதிப்பு 2019 இல் பரிசல் புத்தக நிலையம் வாயிலாக வெளியானது.

முதல் மொழியாக்கத் தொகுப்பிலேயே இந்த நூலிலுள்ள சில கவிதைகள் இடம் பெற்றிருக்கின்றன. அவற்றை விடவும் அதிக எண்ணிக்கையிலான கவிதைகளை அப்போதே மொழிபெயர்த்திருந்தேன். நெரூதாவின் பலவகையான கவிதைகளையும் தொகுப்பில் உட்படுத்த வேண்டும் என்ற எண்ணத்தில் அவற்றைச் சேர்க்கவில்லை. எனினும் இருபது காதல் கவிதைகளைத் தனித் தொகுப்பாகக் கொண்டு வரவேண்டும் என்ற கனவு இருந்தது. அது இப்போது நிறைவேறுகிறது.

கவிதையை என்னுடைய ஊடகமாகக் கருதிச் செயல்படத் தொடங்கிய ஆரம்ப நாட்களில் என் கவிமொழியைச் செழுமையாக்கிக் கொள்ளவும் பார்வையை துலக்கிக் கொள்ளவும் தமிழ்க் கவிதைகளுக்கு இணையாகப் பிற மொழிக் கவிதைகளையும் வாசித்தேன். கவிஞர்களை அறிமுகப் படுத்திக் கொண்டேன். அந்த ஆரம்ப வரிசையில் பாப்லோ நெரூதா இல்லை. அவரது சம காலத்தவரான செஸார் வயேஹோதான் பாதிப்புச் செலுத்துபவராக இருந்தார்.

வயேஹோ கவிதைகளைப் பற்றி வாசித்த ஆக்கங்களிலிருந்தே நெரூதாவைக் கண்டடைந்தேன். அந்தக் கண்டுபிடிப்பு பின்னர் அவரது கவிதைகளில் ஈடுபாடுகொள்ளச் செய்தது. என் கவிதையுணர்வின் பகுதியும் ஆனது.

அவருக்கு முன்பும் பின்னும் அதே மொழியிலும் அதே பின்புலத்திலும் எழுதியவர்களின் கவிதைகளை வாசித்தபோதும் அவர்களையெல்லாம் விட நெரூதாவே கவிப் பேருருவமாக எனக்குள் புகுந்தார். நெரூதா கவிதைகளில் ததும்பும் உணர்ச்சியே அதற்குக் காரணம். அவரை விடவும் சிறந்த கவிஞர்கள் அவர் காலத்திலேயே இருந்திருக்கிறார்கள். அவரை விடவும் சிறப்பாக எழுதியுமிருக்கிறார்கள். ஆனால் அவர்களில் எவரிடமும் காண முடியாத உணர்ச்சிப் பெருக்கு நெரூதாவின் கவிதைகளில் உயிரோட்டம் கொண்டிருக்கிறது. தென்னமெரிக்கக் கவிதைகளில் உணர்வுகள் களி நடமும் தாண்டவமும் ஆடுவது நெரூதாவிடம்தான். இந்த இயல்பே இன்றும் வாசிக்கப்படும் கவிஞராக அவரை நீங்காப் புகழ் பெறச் செய்திருக்கிறது.

கவிஞன் என்ற நிலையில் பாப்லோ நெரூதா என்னைப் பாதித்திருக்கிறார். அந்தப் பாதிப்பு, கவிதையாக்கத்தில் அவரை அடியொற்றிச் செல்லுவதோ நகலெடுப்பதோ அல்ல. அது சாத்தியமும் இல்லை. காலம், மொழி, பண்பாட்டுப் பின்புலம், கவிதைமுறை ஆகியவற்றில் முற்றிலும் வேறுபட்ட ஒரு கவிஞரை என் மொழியின் கவிதை மரபுக்குள் புகுத்துவது பொருத்தமும் அல்ல. இருப்பினும் கவிதை கிளர்த்தும் மானுடத் தருணம் எல்லாருக்கும் பொருந்துவது. இந்த வகையில் நெரூதா என் உணர்வுகளில் ஏற்படுத்திய பாதிப்பு ஆழமானது. ஒருவேளை நெரூதா கவிதைகளை வாசித்துப் பித்தேறாமல் இருந்தால் என்னுடைய காதல் கவிதைகளை எழுதத் துணிந்திருக்க மாட்டேன்.

'கோடை காலக் குறிப்புகள்' என்ற என்னுடைய முதல் கவிதைத் தொகுப்புக்கு எழுதிய முன்னுரையில் கவிஞர் பிரம்மராஜன் "'காதல் கவிதை'யையோ 'என் கவிதை'யையோ எழுதி மலினப்பட்டு விடாமல் சுகுமாரன் கவிதையில் கவனம் செலுத்தியிருக்கிறார்" என்று குறிப்பிட்டிருந்தார். பின்னர் காதல் கவிதைகள் எழுதி மலினப்படத் தூண்டுதல் அளித்தவர் பாப்லோ நெரூதாதான்.

நெருதாவின் காதல் கவிதைகள் எனக்கு இரண்டு செயல்களுக்கு முன்னுதாரணமாக அமைந்தன. வெறும் கற்பனையிலிருந்து காதல் கவிதையை எழுதக் கூடாது என்று எச்சரித்தன. காதலை உணர்ந்த பின்பே காதல் கவிதைகளை எழுத முற்பட்டேன். இது முதலாவது. நெருதாவின் காதல் கவிதைகளில் இடம் பெறும் பெண், பெண் மட்டுமல்ல. இயற்கையின் பகுதி. இதை முழுமையாக உணர்ந்திருக்கிறேன். அந்த உணர்வின் வெவ்வேறு நிற பேதங்களைக் கவிதையாக்கத்தில் மேற்கொண்டிருக்கிறேன். இது இரண்டாவது.

பெரும் கவிஞர் பாப்லோ நெருதாவிடம் பட்ட கடனுக்கான ஈடுதான் இந்த மொழியாக்கம் என்றும் சொல்லலாம்.

பரிசல் செந்தில் நாதனின் தூண்டுதல் இல்லாமல் இந்த மொழியாக்கம் நூல் வடிவம் பெற்றிராது. பாப்லோ நெருதா கவிதைகள் அவரது வற்புறுத்தலாலும் ஒத்துழைப்பாலும்தான் இரண்டாம் பதிப்பைக் கண்டது. இருபது காதல் கவிதைகளும் ஒரு நிராசைப் பாடலும் நூலையும் பரிசல் புத்தக நிலையம் வாயிலாக அவரே வெளியிடுவது பொருத்தமானது; மகிழ்ச்சியளிப்பது. நூற் பக்கங்களையும் முகப்பையும் வடிவமைத்தவர் ஜீவமணி. நண்பர் செந்தூரன் கைப்படியை முதலில் வாசித்துக் கருத்துகளைப் பகிர்ந்து கொண்டார். இவர்கள் அனைவருக்கும் மனமார்ந்த நன்றி.

கோவை								சுகுமாரன்
14 ஜூலை 2022